Nchi Itiririkayo Maziwa na Asali

Nchi Itiririkayo Maziwa na Asali

Dr. Jaerock Lee

Nchi ya Kanaani, Itiririkayo Maziwa na Asali
na Dr. Jaerock Lee
Kimechapishwa na Urim Books (Mwakilishi: Johnny. H. Kim)
235-3, Guro-dong 3, Guro-gu, Seoul, Korea
www.urimbooks.com

Haki zote zimehifadhiwa. Hairuhusiwi kunakili kitabu hiki au sehemu ya kitabu hiki katika mfumo wa aina yoyote, kutunzwa katika mfumo ambao kinaweza kusambazwa au kupatikana tena kwa namna au njia yoyote ile, au kubadilishwa katika namna yoyote ile, kielekroniki, kimakenika, kutolewa kivuli (fotokopi), kurekodiwa au vinginevyo, bila idhini ya maandishi kutoka kwa mchapaji.

Isipokuwa vinginevyo kama imebainishwa, nukuu yote ya Maandiko imechukuliwa kutoka katika Biblia ya Kiswahili – Union Version iliyochapishwa na Chama cha Biblia cha Kenya na Chama cha Biblia cha Tanzania ©1997 Imetumiwa kwa ruhusa.

Hakimiliki © 2011 na Dr. Jaerock Lee
ISBN: 979-11-263-1259-7 03230
Hakimiliki ya Kutafsiri © 2008 na Dr. Esther K. Chung. Imetumiwa kwa ruhusa.

Awali kilichapishwa kwa Kikorea na Urim Books 2007

Kilichapishwa kwa Mara ya Kwanza Julai 2009
Toleo la Pili Agosti 2011

Kimehaririwa na Dr. Geumsun Vin
Jalada limesanifiwa na Editorial Bureau of Urim Books
Kwa taarifa zaidi wasiliana na urimbook@hotmail.com

Dibaji

Vitabu vya historia vinavyoandika kuhusu mambo ya kihistoria ya taifa mara nyingi huwa miongozo mizuri kwa watu katika vizazi vya baadaye. Pia riwaya zenye misingi ya mambo ya kihistoria hupendwa na wengi. Pia nilijifunza kuhusu vita, ushirikiano, mikakati ya watu tofauti, na mitazamo yao ya mioyo kwa kusoma riwaya ya utamaduni wa zamani wa Kichina Romance of the Three Kingdoms.

Lakini nakala na mwongozo bora zaidi wa kihistoria kwa maisha yetu ni Biblia. Kuanzia uumbaji wa ulimwengu hadi kwa mambo yatakayotendeka siku za usoni, Biblia ina historia ya wanadamu kuanzia mwanzo hadi mwisho.

Mungu aliwachagua watu wa Israeli na kuwafanya kielezo cha ukuzaji wa wanadamu. Bado anawaonyesha upendo wake wa kuwaongoza hadi kwenye ufalme mzuri wa mbinguni.

Hasa, nakala kuhusu kushindwa kwa Nchi ya Kanaani zilizoandikwa katika vitabu vitano vya Kutoka, Mambo ya Walawi, Hesabu, Kumbukumbu la Torati, na Yoshua zina upendo wa Mungu usiokuwa na mwisho na matakwa yake ya dhati kwa ajili yetu ili tuwe watakatifu na waliotakaswa.

Kiongozi wa Kutoka, Musa, na mrithi wake Yoshua, wote walimwamini Mungu Mwenyezi. Walifuata mapenzi ya Mungu na kuonyesha ishara na maajabu ya kushangaza. Walimtukuza Mungu kwa ushindi waliopata. Kinyume cha hayo ni ukweli kuhusu Farao na mawaziri wake ambao hawakumkubali Mungu Muumba. Badala ya kumkubali, walimpinga. Mwishowe, walikabiliwa na majanga na laana.

Mungu kwa kweli ndiye Bwana wa historia anayetawala maisha, kifo, bahati nzuri, na bahati mbaya za watu na pia kuinuka na kuanguka kwa mataifa.

Lakini sababu ya Nchi ya Kanaani kuitwa nchi itiririkayo maziwa na asali ni nini?

Mwanzo 10:19 inasema, "Na mpaka wa Wakanaani ulianza

kutoka Sidoni kwa njia ya Gerari hata Gaza; tena kwa njia ya Sodoma, na Gomora, na Adma, na Seboimu, hata Lasha." Nchi ya Kanaani ilikuwa nchi yote iliyokuwa magharibi mwa Mto wa Yordani.

Leo, inaitwa 'Palestina.' Tofauti na jangwa la Misri, ilikuwa na maji mengi na ardhi yenye rotuba. Mabadhi yangeweza kutoa maziwa na nchi ilinawiri kwa maua hivyo basi watu wangepata asali. Pia kulikuwa na nchi kavu, lakini kulikuwa na nchi tambarare mahali pengi. Na hali ya hewa ya chini, kulikuwa na zeituni, zabibu, makomamanga, tini na shairi. Hilo eneo pia lilikuwa na ng'ombe wengi na chakula kingi cha baharini.

Nchi ya Kanaani pia ndiyo Ncho ya Ahadi ya Mungu (Kumbukumbu la Torati 11:9), na kiroho, inaashiria ufalme wa mbinguni tunaotamani kuupata. Utaratibu wa Waisraeli kutegemea hiyo ahadi ya Mungu na kushinda nchi itiririkayo maziwa na asali kiishara unawakilisha vita vya kiroho vinavyotukabili katika maisha yetu ya Kikristo.

Tunapoangalia utaratibu huo wa Kutoka, miaka arobaini

nyikani, kuvuka Mto wa Yordani na kushinda mji wa Yeriko na kisha Nchi ya Kanaani, tunaweza kuona safari ya maisha ya kupokea wokovu na kusonga mbele kuelekea ufalme wa mbinguni.

Mungu aliwatoa Waisraeli kutoka Misri na akawaongoza hadi Nchi ya Kanaani, Itiririkayo maziwa na asali. Vivyo hivyo, anataka kila mtu awe na imani ya kweli na afurahie pumziko la milele katika ufalme mzuri wa mbinguni. Zaidi ya hayo, anataka kila mmoja wetu awe na imani inayompendeza Mungu ili tuweze kupokea majibu ya kila kitu tunachoomba na tufanye mambo yote kwa uwezo wake.

Kitabu hiki Nchi Itiririkayo Maziwa na Asali kinarejelea hatua za Musa na Yoshua, waliposonga mbele na imani peke yake katika ahadi ya Mungu. Ninaamini wasomi watapokea baraka na kujifunza kuhusu siri za kupokea majibu na baraka. Pia wataweza kutambua umuhimu wa mambo yanayoonekana madogo katika maisha ya kila siku.

Ninaomba katika jina la Bwana kwamba wasomi wataamini ahadi zote za Mungu, washinde Nchi ya Kanaani, itiririkayo maziwa na asali na kwa nguvu waushike mji wa Yerusalemu Mpya, makao bora zaidi ya ufalme wa mbinguni.

Mwisho, ninamshukuru Geumsun Vin, Mkurugenzi wa Halmashauri ya Uhariri ya Kanisa Kuu la Manmini (Manmin Central Church,) na wafanyakazi huko kwa kujitolea kwao, na ninamshukuru kila mtu aliyeiombea kazi hii.

Jaerock Lee

Jedwali la Yaliyomo

Dibaji

Sura ya 1   "Watoe Watu Wangu kutoka katika Nchi"   · 1
- Mungu Anamwita Musa -

Sura ya 2   "Nitakufanya Kama Mungu   · 23
- Mapigo Kumi -

Sura ya 3   "Mtajua kwamba Mimi ni Bwana, Mungu Wako"   · 43
- Mapigo Kumi -

| Sura ya 4 | "Ikiwa BWANA Anapendezwa na Sisi" | · 71 |

- Ungamo la Yoshua na Kalebu -

| Sura ya 5 | "BWANA Mungu Wako Yu Pamoja Nawe" | · 93 |

- Mrithi wa Musa -

| Sura ya 6 | Wanavuka Yordani juu ya Nchi Kavu | · 109 |

- Mto wa Yordani Unasimama -

Jedwali la Yaliyomo

Sura ya 7 "BWANA Amewapa Huo Mji" · 125
- Kushindwa kwa Yeriko -

Sura ya 8 "Wamevunja Agano Langu" · 139
- Dhambi ya Akani -

Sura ya 9 Jua na Mwezi Vinasimama · 153
- Ushindi wa Vita vya Gibeoni -

Sura ya 10   "Nipatie Hii Nchi ya Vilima"   · 169

            - Kujitoa kwa Kalebu -

Sura ya 11   "Itakuwa Yako"   · 181

            - Kugawanywa kwa Nchi ya Kanaani -

Sura ya 12   "Mimi na Nyumba Yangu,
            Tutamtumikia BWANA"   · 193

            - Wasia wa Mwisho wa Yoshua -

Hitimisho - Kushinda Nchi Itiririkayo Maziwa na Asali -

Sura ya 1

"Watoe Watu Wangu kutoka katika Nchi"

- Mungu Anamwita Musa -

Kutoka 3:7-8

BWANA akasema, "Hakika nimeyaona mateso ya watu wangu walioko Misri, nami nimekisikia kilio chao kwa sababu ya wasimamizi wao; maana nayajua maumivu yao. Nami nimeshuka ili niwaokoe na mikono ya Wamisri, niwapandishe kutoka nchi ile, hata nchi njema, kisha pana; nchi ijaayo maziwa na asali."

Leo tunaishi katika 'ujuzi na taarifa nyingi,' na tarakilishi ni moja wapo ya vifaa vikuu vinavyoongeza ujuzi na taarifa na kufikia viwango vya juu zaidi. Tarakilishi hufanya kazi kulingana na programu zilizotiwa ndani yake.

Vivyo hivyo, upaji wa Mungu wa 'ukuzaji wa wanadamu' ambao umepangiwa tangu kabla ya kuanza kwa wakati unaweza kufananishwa na programu; imekuwa ikifanya kazi mpaka hivi leo bila kosa hata kama ni dogo. Watu waliochaguliwa kutimiza upaji huu wa Mungu walikuwa Waisraeli.

Kuundwa kwa Taifa la Israeli

Mungu alipanga upaji wa 'ukuzaji wa wanadamu' na akaumba mbingu na nchi na kila kitu ulimwenguni ili apate watoto wa kweli ambao angeshiriki upendo wake wa kweli pamoja nao. Mungu akamuumba mtu wa kwanza Adamu, akatembea pamoja naye, na akampa mamlaka ya kutawala juu na kutiisha vitu vyote.

Adamu na Hawa waliishi katika Bustani ya Edeni kwa muda mrefu. Kwa kuwa hakuelewa upendo wa Mungu kikweli, hawakutii neno lake katika kilindi cha mioyo yao. Kwa sababu hiyo wakajaribiwa na nyoka wakala matunda ya mti wa ujuzi wa mema na mabaya. Kama matokeo ya kutotii kule, walifukuzwa kutoka kwenye Bustani ya Edeni na wakalazimika kuishi kwa kazi ngumu na kutoa jasho.

Dhambi za wanadamu peke yao ziliongezeka; hadi kufikia kiwango cha mwana wa Adamu, Kaini, kumwua ndugu yake mwenyewe Abeli.

Kufikia wakati wa Nuhu, ulimwengu wote ulikuwa umejaa dhambi hivi kwamba Mungu akajuta kwa nini aliwaumba wanadamu. Hatimaye akaamua kuuadhibu ulimwengu. Alimwacha Nuhu, mwanadamu mwenye haki peke yake wakati huo, atengeneze safina ya wokovu, na akamwambia awapatie ujumbe kuhusu adhabu inayokuja.

Hata hivyo, watu hawakumsikiliza Nuhu. Hatimaye, kila mtu duniani isipokuwa Nuhu na jamaa yake aliadhibiwa kwa maji. Cha kushangaza ni kwamba, hata herufi za Kichina zina alama za kisa hiki. Kwa mfano herufi ya 'meli' ni '船.' Huu ni mchanganyiko wa 'safina' (舟) na nambari 'nane' (八), na 'mdomo' (口).

Siku ile ile Nuhu akaingia katika safina, yeye, na Shemu na Hamu na Yafethi, wana wa Nuhu, na mkewe Nuhu, na wake watatu wa wanawe pamoja naye (Mwanzo 7:13).

Hii inamaanisha kwamba jamaa ya Nuhu ya watu wanane waliingia safinani, kwa sababu 'mdomo' katika herufi za

Kichina pia maana yake ni 'midomo inayokula pamoja,' ambayo maana yake ni 'jamaa.'

Ni janga ambalo mwanadamu aliingia katika kifo kwa sababu ya dhambi ya Adamu, lakini kwa maana nyingine ilikuwa pia katika upaji wa 'ukuzaji wa wanadamu.' Mungu alimchagua mtu mwenye haki ili atimize ukuzaji huu. Mtu huyo ni Ibrahimu, anayeitwa 'baba wa imani.'

Kama miaka 4,000 iliyopita, Mungu alimuimarisha Ibrahimu kama baba wa imani na akampa ahadi kwamba angempatia uzao usiohesabika. Mungu alimwita na akamtoa Uri ya Wakaldayo (mmoja wapo wa miji mikubwa ya Mesopotamia ya kale), na akampa nchi ya Kanaani.

BWANA akamwambia Abramu, alipokwisha kutengana na Lutu, Inua sasa macho yako, ukatazame kutoka hapo ulipo, upande wa kaskazini, na wa kusini na wa mashariki na wa magharibi; maana nchi hii yote uionayo, nitakupa wewe na uzao wako hata milele. Na uzao wako nitaufanya uwe kama mavumbi ya nchi; hata mtu akiweza kuyahesabu mavumbi ya nchi, uzao wako nao utahesabika. Ondoka, ukatembee katika nchi hii katika mapana yake, na marefu yake, maana nitakupa wewe nchi hiyo (Mwanzo 13:14-17).

"[BWANA] akamleta nje, akasema, "Tazama sasa mbinguni, kazihesabu nyota, kama ukiweza kuzihesabu." Akamwambia, "Ndivyo utakavyokuwa uzao wako" (Mwanzo 15:5).

Mungu alimwambia Ibrahimu mambo ambayo yangefanyika kwa uzao wake. Yaani, Mungu alimwambia kwamba watu wa uzao wake wangefanywa watumwa kule Misri kwa kama miaka 400 na kisha wangerudi Nchi ya Kanaani.

Bwana akamwambia Abramu, "Ujue hakika ya kwamba uzao wako utakuwa mgeni katika nchi isiyo yake, watawatumikia watu wale, nao watateswa muda wa miaka mia nne. Hata na taifa lile, watakaowatumikia, nitawahukumu; baadaye watatoka na mali mengi. Lakini wewe utakwenda kwa baba zako kwa amani, utazikwa katika uzee mwema. Na kizazi cha nne kitarudi hapa, maana haujatimia uovu wa Waamori bado" (Mwanzo 15:13-16).

Ibrahimu akamzaa mwanawe Isaka katika umri wa miaka mia moja. Isaka akamzaa Esau na Yakobo. Esau alikuwa na haki ya mzaliwa wa kwanza ya kupokea baraka za Mungu kama mwana wa kwanza, lakini alikuwa na njaa sana mpaka akauza haki ya mzaliwa wa kwanza kwa ndugu yake mdogo Yakobo kwa bakuli la mchuzi wa dengu (Mwanzo 25:30-34).

Kuuza haki ya mzaliwa wa kwanza si jambo dogo. Inathibitisha kwamba Esau hakujali sana baraka za mwana wa kwanza na pia hakumwamini Mungu anayetawala kila kitu. Mungu anatupatia onyo hili ili tusiwe kama mmoja wapo wa watu washerati au wasiomcha Mungu kama Esau aliyekataa baraka za kiroho na kupuuza haki ya mzaliwa wa kwanza.

Asiwepo mwasherati wala asiyemcha Mungu, kama Esau, aliyeuuza urithi wake wa mzaliwa wa kwanza kwa ajili ya chakula kimoja (Waebrania 12:16).

Kinyume na hilo, ndugu yake Yakobo alitamani baraka za kiroho na akazishika hata kwa nguvu. Pia alikuwa mjanja vya kutosha kumdanganya baba yake Isaka, na kupokea baraka za mwana wa kwanza. Lakini moyo huu uliotamani baraka za kiroho ulikuwa halisi zaidi machoni pa Mungu.

Mungu alipanga kutimiza upaji wake kupitia kwa wazao wa Yakobo na akamtakasa kwa kipindi kirefu cha wakati.

Yakobo alitoka nyumbani kwao kwa miaka ishirini, akimtoroka ndugu yake aliyekuwa amekasirikia, na akatambua kwamba hangeweza kufanya lolote kwa nguvu zake na mipango yake mwenyewe.

Haki yake mwenyewe ilivunjwa kabisa na akabadilika na kuwa mtu aliyemtaka Mungu. Alipokea jina jipya, 'Israeli,' na alipata wana kumi na wawili waliounda makabila kumi na mawili ya Israeli. Wazao wa kabila la Yuda ndio Wayahudi walioimarisha Israeli leo.

Mungu akamwambia, "Jina lako ni Yakobo; hutaitwa tena Yakobo, lakini Israeli litakuwa jina lako." Akamwita jina lake, Israeli. Mungu akamwambia, "Mimi ni Mungu Mwenyezi, uzidi ukaongezeke. Taifa na kundi la mataifa watatoka kwako, na wafalme watatoka viunoni mwako." Na nchi hii niliyowapa Ibrahimu na Isaka nitakupa wewe, na uzao wako baada yako nitawapa nchi hiyo" (Mwanzo 35:10-12).

Ilikuwaje Hata Waisraeli Wakaenda Kukaa Misri?

Kisha, kwa nini Mungu aliwaruhusu watu wa Israeli wapitie mateso kwa miaka 400 kule Misri?

Hebu nikupe mfano. Tuseme mvulana anamwomba Mungu amfanye raisi wa nchi yake. Ni wazi kwamba Mungu hawezi kujibu ombi la huyu mvulana mara moja. Mungu hutimiza kila kitu kwa mpango kulingana na kanuni. Kwa hivyo, kwanza atamwongoza huyu mvulana awe na sifa za kuwa raisi. Mungu atamwongoza kwa njia ya haraka zaidi ya kumaliza masomo yake na kupata uzoefu mbalimbali.

Vivyo hivyo, Mungu alimpa Ibrahimu ahadi kwamba angefanya wazao wake wawe taifa kubwa, lakini taifa kubwa halingeweza kuundwa mara moja.

Jamaa ya Yakobo ilipoenda Misri, idadi ya watu wa jamaa yake ilikuwa sabini peke yake. Kuifanya jamaa hii moja kuwa taifa kubwa, Mungu alitumia hekima yake ya ajabu.

Mpaka Israeli ilipokuwa taifa kubwa, walilazimika kupata nguvu. Kama wangekuwa wameongezeka katikati ya nchi nyingi za makabila mengi, wangekuwa wameshambuliwa na hizo nchi ndogo. Ili ailinde Israeli, Mungu aliichagua Misri.

Misri ilikuwa na mfalme kuanzia kama 3,000 KK na ilikuwa imestawi na kuwa ustaarabu wa fahari kuu. Iko na moja wapo ya historia ndefu sana za ulimwengu kuanzia wakati wa ustaarabu wa Mesopotamia.

Mungu alipanga kwamba Yusufu, mwana wa kumi na moja wa Yakobo, aende Misri na akamfanya aiokoe nchi kutokana na miaka saba ya njaa iliyokuwako katika Mashariki ya Kati yote.

Sababu iliyomfanya Yusufu atumiwe kutimiza upaji wa Mungu ni kwa sababu alikuwa na moyo wa haki na wa unyoofu. Alikuwa na moyo wa ndani mzuri na hekima bora sana ya kutosha hata kuweza kufanya huduma kuu ya kuiokoa Misri.

Yusufu alizaliwa na Raheli. Kwa kuwa Raheli alikuwa mke wa Yakobo aliyempenda zaidi, Yakobo alionyesha upendeleo kwa Yusufu. Kwa sababu hii, Yusufu alichukiwa na ndugu zake, waliokuwa wana wa wake wengine. Yusufu alichukiwa hata zaidi baada ya kuwaambia ndugu zake kuhusu ndoto yake. Hatimaye, aliuzwa Misri kama mtumwa wa Potifa, afisa wa Farao.

Yusufu alitoka nyumbani kwao na kumwacha baba yake na baada ya wiki mbili alikuwa amekuwa mtumwa katika nchi nyingine.

Lakini kwa sababu alimtegemea Mungu, hakuingia katika tabia ya uasherati au kukosa matumaini ya kuishi. Siku zote alifanya kwa ubora wake wote katika hali yoyote.

Alitunza mali za bwana wake kama kwamba zilikuwa zake mwenyewe, na alikuwa mwangalifu na mwaminifu katika kutenda kulingana na moyo wa bwana wake. Na pia alikuwa na moyo wa kuwachukulia ndugu zake, waliokuwa wamemuuza, na wema (Mwanzo 45:3-8). Mungu alibariki vitu vyote vya Potifa tangu Yusufu alipofanywa msimamizi wa mali zote za bwana wake.

Kanuni hiyo hiyo inaweza kutumiwa kwa njia hiyo hiyo leo. Hata kama tunaweza kuwa na matatizo magumu au hali, kama tunampenda Mungu na kuishi kwa kufuata neno lake, upendo wake na huruma zake zitatuangukia. Tutatambuliwa katika kazi zetu na kupokea baraka.

Jambo la muhimu zaidi ni kwamba tunamheshimu Mungu kwa kiasi gani, kutenda kwa uaminifu katika mambo yote, na ni kiasi gani tunalitii neno la Mungu kwa kuenenda katika njia ya haki.

Yusufu alikabiliwa na mtihani mkubwa. Alipopata kuaminiwa na bwana wake na kufanywa msimamizi wa vitu vyote vya bwana wake hapo nyumbani, mke wa bwana wake alianza kumjaribu.

Hakutaka kufanya dhambi mbele za Mungu; pia alitaka kuhifadhi uhusiano wa uaminifu na bwana wake. Akakataa vikali majaribio yake ya kumtongoza. Kisha yeye akamsingizia Yusufu kwamba alijaribu kumbaka. Hatimaye, alitiwa katika gereza ambamo wafungwa wa Farao walifungwa.

Yusufu alikuwa mteule wa kutimiza upaji wa Mungu, na kwa nini ilimbidi apatwe na mambo mengi magumu— kuuzwa nchi nyingine kama mtumwa, na zaidi ya hayo kusingiziwa na kutiwa gerezani?

Ili Yusufu aweze kuwa na uwezo na ubora wa kuwa waziri

mkuu wa Misri katika umri wa chini wa miaka thelathini, alilazimika kujifunza mambo mengi. Akiwa msimamizi katika nyumba ya Potifa, afisa wa Farao, alijifunza uchumi na mambo ya kiuchumi. Gerezani, palipokuwa na wahalifu wengi wa kisiasa, alijifunza mambo mengi kuhusu kuendesha nchi na siasa na pia kuongeza ujuzi wake na hekima yake.

Pia, alipokuwa akikutana na watu wa aina nyingi, alijifunza jinsi ya kusimamia rasilimali ya wanadamu, na pia alijifunza kuhusu uongo, usaliti, na moyo mjanja wa wanadamu.

Hii ni moja wapo ya ratiba ambazo Mungu alikuwa amemwekea Yusufu; Mungu alitaka kumfanya Yusufu atawale nchi na kuwakubali watu kwa upendo na ukarimu. Hiyo ndiyo sababu Biblia inasema, hata baada ya Yusufu kutiwa gerezani, "Kwa kuwa BWANA alikuwa pamoja naye. BWANA akayafanikisha yote aliyoyafanya (Mwanzo 39:23).

Hatimaye, Mungu akaanza mpango wake wa kumfanya Yusufu aiokoe Misri kutoka kwa janga kuu. Mnyweshaji mkuu na mwokaji wa Farao walihukumiwa na kutiwa gerezani alimokuwa Yusufu.

Siku moja, wote wawili waliota, na kama Yusufu alivyofasiri kila ndoto, mmoja wao alinyongwa na mwingine akarejeshwa katika cheo chake cha awali huko kwa Farao.
Miaka miwili baadaye, Farao aliota ndoto isiyokuwa ya kawaida. Wakati huo huo mnyweshaji mkuu akakumbuka kwamba alirejeshwa kazini mwake kama Yusufu alivyofasiri ndoto yake. Kwa mapendekezo yake, Yusufu alienda mbele ya

Farao na akafasiri waziwazi ndoto aliyokuwa Farao ameota. Ndoto aliyokuwa Farao ameota ilikuwa inaonyesha kimbele miaka saba ya vitu vingi na miaka saba ya njaa. Yusufu hakufasiri hiyo ndoto tu peke yake, bali pia aliwaambia jinsi ya kujitayarisha kwa ajili yake. Hivyo ndivyo Misri ilivyoweza kuwa tayari kwa ajili ya hiyo njaa.

Wakati huo kulikuwa na unyunyuzaji maji kidogo sana, kwa hivyo watu walilazimika kutegemea mvua kwa ajili ya ukulima. Miaka saba ya njaa ilikuwa kifo. Yusufu aliwafahamisha kuhusu janga kuu ambalo lingeangamiza nchi yote. Si hilo tu, lakini pia aliwapa njia na mpango wa kukabiliana nayo. Farao alikuwa na shukrani iliyoje!

Farao akawaambia watumwa wake, "Tupate wapi mtu kama huyu, mwenye roho ya Mungu ndani yake?" Farao akamwambia Yusufu, "Kwa kuwa Mungu amekufahamisha hayo yote, hapana mwenye akili na hekima kama wewe. Farao akamwambia Yusufu, Kwa kuwa Mungu amekufahamisha hayo yote, hapana mwenye akili na hekima kama wewe." Farao akamwambia Yusufu, "Tazama, nimekuweka juu ya nchi yote ya Misri" (Mwanzo 41:38-41).

Farao alipokea neema nyingi sana kutoka kwa Yusufu. Akawakubali watu wa jamaa ya Yusufu waje Misri, yaani Waisraeli ambao pia walikuwa wamepatwa na hiyo njaa.

Kwa njia hii, Waisraeli wangeweza kukaa kwa usalama na kwa faraja hata katika hiyo miaka saba ya njaa. Idadi yao ikaongezeka kule Misri.

Kuzaliwa na Majaribu ya Musa

Yusufu alikufa na baada ya muda, Farao wa wakati ule pia akafa. Kukainuka Farao mwingine ambaye hakujua kuhusu Yusufu. Kwa kuwa idadi ya Waisraeli ilikuwa inaongezeka, huyu Farao aliogopa na akajaribu kuwazuia.

Ili awasimamishe Waisraeli wasiongezeke na kuwa taifa kubwa, aliamuru kwamba watoto wote wa kiume wa Waebrania watakaozaliwa wauawe. Aliwafanya Waisraeli wawe watumwa wake na akawatesa. Huo ulikuwa mpango wa kuwaangamiza Waisraeli kwa jumla kwa kuwaua polepole watoto wa kiume waliozaliwa.

Mungu aliahidi kwamba Israeli lingekuwa taifa kubwa lakini sasa walikuwa katika hatari ya kuangamizwa kabisa. Na Musa alizaliwa katika wakati huu wa huzuni.

Kwa amri ya Farao, Musa pia anapaswa awe aliuawa wakati alipozaliwa, lakini mama yake hakuweza kumuua. Alimficha kwa miezi mitatu kwa kuwa alikuwa mtoto mzuri. Lakini alipokuwa hawezi kumficha tena, alimtia katika kikapu cha fito na kumweka kandokando ya mto Nili.

Bintiye mfalme, binti ya Farao alienda huko kuoga. Akamuona akamchukua. Cha kushangaza ni kwamba, Yokebedi mama yake Musa mwenyewe, ndiye aliyekuwa mlezi wake, na aliweza kumfundisha kuhusu watu wa Israeli na imani kwa Mungu kuanzia wakati alipokuwa mtoto mdogo.

Haya yote yalifanyika katika mpango wa Mungu. Mungu akamwokoa kutokana na kifo na akamruhusu ajifunze mambo bora zaidi katika jumba la kifalme la Farao. Wakati huo huo, Mungu alimwacha afundishwe kuhusu watu wake na imani kwa Mungu na mama yake (Matendo 7:22).

Ingawa Musa alikuwa mwana wa kifalme wa Misri, hakufurahia maisha ya kifahari katika jumba la kifalme, bali siku zote alisikitishwa na watu waliokuwa wakiteseka. Siku moja, akamwona Mmisri akimpiga mwanamume Mwebrania, na katika hasira zake akamuua yule Mmisri.

Jambo hili lilipojulikana, Musa akakimbilia nchi ya Midiani. Maisha ya starehe kama mwana wa mfalme wa taifa lenye nguvu yaliishia hapo. Alikuwa na maisha magumu peke yake kule jangwani. Mipango ya siku zake za usoni na matumaini ya watu wake yalikuwa yamepotea.

Bila shaka alisikitika sana na kuhofia hali yake ya unyonge. Lakini siku zilipokuwa zinakwenda, akaacha kiburi na uhakika kama mwana wa mfalme. Akaishi na Yethro, kuhani wa Midiani, na akawa mkwe wake. Kwa hivyo akawa mchungaji wa kawaida.

Akajifunza kuchunga kondoo, na akajishusha kabisa. Kwa maana fulani, alikuwa mtu asiyefaa kabisa kutimiza mipango ya Mungu. Alipokuwa mwana wa mfalme, alikuwa na uhakika na pia mamlaka ya kuweza kuwafanyia watu wake Waisraeli jambo kubwa. Lakini sasa, alikuwa mkimbizi tu na mtu duni ambaye hangeweza kumfanyia Mungu jambo lolote.

Pia, Musa alibomoa ubinafsi wake na kujiona mwenye

haki kabisa na akawa chombo ambacho kwa kweli Mungu angeweza kukitumia.

Watu Waliotumiwa na Mungu

Aina ya mtu ambaye Mungu anaweza kumtumia si mtu mwenye hekima ya uwezo wake mwenyewe. Ni mtu anayemtegemea Mungu kabisa, akibomoa mawazo yake na kujikana mwenyewe kabisa ili aufanye utiifu wake uwe kamilifu. Ni kwa sababu hatuwezi kumshinda ibilisi na kutimiza upaji wa Mungu na mawazo na uwezo wa mwanadamu peke yake.

Warumi 8:7 inasema, "Kwa kuwa ile nia ya mwili ni uadui juu ya Mungu, kwa maana haitii sheria ya Mungu, wala haiwezi kuitii. Wale waufuatao mwili hawawezi kumpendeza Mungu." Kama ilivyosemwa, tukiwa na mawazo ya mwili, na si mawazo ya roho, hatuwezi kulitii neno la Mungu.

Mfalme Sauli alipowashambulia Waamaleki, Mungu alimwambia aangamize kila kitu huko. Lakini Sauli akamshika mfalme wa Waamaleki na kuleta wanyama wazuri zaidi, ng'ombe na kondoo. Katika maoni yake ilikuwa bora kufanya hivyo, na akakosa kulitii neno la Mungu. Hata mawazo ya mwanadamu yaonekane mazuri namna gani, kama yako kinyume na neno la Mungu, tayari si dhana nzuri.

Hata kama tutaleta vitu vizuri vya kumtolea Mungu, kama ni kinyume na neno la Mungu, Mungu hawezi kuvikubali. Hiyo ndiyo sababu 1 Samweli 15:22 inasema kwamba kutii ni bora kuliko dhabihu. Mfalme Sauli aliendelea kuliasi neno la Mungu, akawa mwenye majivuno, na hatimaye akaachwa na Mungu. Kufikia mwisho kabisa alilazimika kukabiliana na kifo cha taabu katika mapigano ya Gilboa.

Kinyume na hayo, Petro, aliyekuwa mmoja wa wanafunzi wa Yesu, alitii neno la Yesu na akaona jambo la kushangaza kweli. Petro alifanya kazi usiku mzima lakini hakushika samaki yeyote. Basi Yesu akamwambia atupe nyavu katika maji mengi.

Petro akasema, "Bwana mkubwa, tumefanya kazi ya kuchosha usiku kucha, tusipate kitu; lakini kwa neno lako nitazishusha nyavu" (Luka 5:5). Alipotii, alipata samaki wengi sana hata nyavu yake ikawa karibu kukatika.

Kama Petro angekuwa amesema, "Bwana mimi najua uvuvi sana. Nimechoka sana baada ya kufanya kazi usiku wote, na tunaikunja nyavu. Ni vigumu sana kurudi tena kwenye maji mengi na kutupa nyavu," kazi ya Mungu haingekuwa imefanyika.

Pia, kabla Yesu kuingia Yerusalemu, aliwatuma wanafunzi wake wawili waingie kijiji kilichowakabili na walete punda aliyekuwa amefungwa huko pamoja na mwanawe (Mathayo 21:2-3). Wanafunzi hawakutumia mawazo yao bali walitii tu, na ikafanyika kama alivyosema Yesu.

Jambo la muhimu kuhusu vyombo vya Mungu ni jinsi walivyo watiifu kwa neno la Mungu hadi mwisho. Ibrahimu, Yakobo, Yusufu, na kina baba wengine wa imani walitii neno la Mungu na 'Ndio' na 'Amina' peke yake na ndiyo sababu Mungu aliweza kuwatumia.

Mungu bado anatafuta watu watiifu. Anataka aina ya mtu anayeacha nadharia zake zote, ujuzi, na hali yake na kuyatii kabisa mapenzi ya Mungu peke yake.

Ili Musa aweze kumtii Mungu na kutimiza upaji wake, alikuwa ni lazima ajinyenyekeze kabisa ili aweze kukaa jangwani kwa miaka arobaini. Wakati huo, Musa alitambua kabisa kwamba hakuna jambo ambalo lingefanyika kwa hekima yake mwenyewe, uwezo, au njia.

Tukitazama aina hii ya upaji wa Mungu, tunaweza kuona kwamba nambari pia zina maana za kiroho. Musa alikimbia kutoka Misri akiwa na umri wa miaka arobaini na akapitia majaribu ya kumsafisha kwa miaka arobaini. Tunaweza kuona mateso yana uhusiano na nambari 'nne.'

Pia Waisraeli walilazimika kuteseka kule Misri kwa miaka 400, na Musa alifunga kwa siku arobaini ili apokee Amri Kumi.

Kuitwa kwa Musa

Huku akichunga kondoo kule nyikani kwa miaka arobaini, Musa alijifunza saburi na upole. Hivi vilikuwa ni lazima kwa ajili ya kuwakubali zaidi ya watu milioni mbili katika siku za usoni. Huo ndio wakati Mungu alipomtokea. Hata wakati Musa alipokuwa anapitia mateso ya kumsafisha kule nyika, mateso na utumwa wa Waisraeli kule Misri bado ulikuwa unaendelea.

Wana wa Israeli waliguna kwa sababu ya utumwa, na wakalia; na kilio chao cha kulilia msaada kwa sababu ya utumwa wao kikapaa na kumfikia Mungu. Mungu aliamua kuwaokoa Waisraeli na akamtokea Musa.

Siku moja, Musa alikuwa anachunga kondoo kule Mlima Horebu, na akaona kichaka kilichokuwa kinawaka moto lakini hakiteketei. Akasongelea hicho kichaka. Wakati huohuo Mungu akamwita Musa.

BWANA alipoona ya kuwa amegeuka ili atazame, Mungu akamwita kutoka katikati ya kile kijiti, akasema, "Musa! Musa!" (Kutoka 3:4).

Mungu alipomwita, Musa akasema, "Mimi hapa." Kisha Mungu akasema, "Usikaribie hapa; vua viatu vyako miguuni mwako; maana mahali hapo unaposimama ni nchi takatifu" (Kutoka 3:2-5).

Alikuwa malaika wa BWANA aliyemtokea kama moto juu ya kichaka kuonyesha uwezo wa Mungu. Kwa hakika kichaka kilikuwa kinawaka moto, lakini hakikuteketezwa na moto. Lengo lilikuwa kumfanya Musa atambue kwamba kuna ulimwengu wa kiroho.

Mungu pia alimwambia Musa avue viatu vyake. Ni kwa sababu sehemu chafu zaidi katika mwili ni nyayo. Kwa kweli, sehemu chafu zaidi ya wanadamu ni moyo. Wanadamu huua, huzini, na huiba kwa sababu ya uovu ulio mioyoni mwao

(Mathayo 15:18-20). Mungu alipomwambia Musa avue viatu vyake, ilikuwa na maana iliyokusudiwa kwamba Mungu anataka wanadamu waache dhambi na watakaswe. Yaani, Mungu anataka tohara ya moyo ili aitakase mioyo yetu.

Lakini wakati wa Agano la Kale, tohara haikufanywa moyoni, bali mwilini. Hiyo ndiyo sababu Mungu alisema kwa ishara kuhusu kuvua viatu kutoka kwenye nyayo.

Kisha Mungu akamwambia Musa akawatoe wana wa Israeli kutoka Misri. Hilo halikuwa jambo rahisi kwa Musa. Wakati huu alikuwa mchungaji tu, na hata kama angerudi, hakuwa na usaidizi wowote.

Alikuwa na uchungu mkali wakati huu. Alikuwa na hakika kwamba Farao hangewaachia Waisraeli waende. Haikuwa inaonekana kwamba hata watu wake wenyewe wangemfuata.

Musa akamwambia Mungu, "Mimi ni nani, hata niende kwa Farao, nikawatoe wana wa Israeli watoke Misri?" (Kutoka 3:11)

Mungu alijua hii akili ya Musa iliyosumbuka na hakumtuma tu. Akamwambia kwa utondoti yale ya kuwaambia watu wa Israeli na Farao, na kwamba Farao hangewaachia hao watu tu hivihivi, na kwamba kungekuwa na mapigo juu ya Misri.

Mungu pia alimwambia kwamba Waisraeli watakapotoka, hawangeenda mikono mitupu bali wangetoka na kiasi kikubwa cha fedha na dhahabu, na nguo za Wamisri.

Pia Mungu alimwonyesha ushahidi mchache. Musa alipofuata maagizo ya Mungu ya kutupa fimbo, iligeuka nyoka. Alipomshika mkia, ikageuka fimbo tena. Alipoweka mkono wake katika kanzu yake na kuutoa, mkono wake ulijaa ukoma kama theluji. Alipofanya hivyo tena, ulirudi kawaida kama sehemu nyingine za mwili wake.

Baada ya kusikia neno la Mungu na kuona ishara za Mungu, Musa aliondoka akaenda Misri na fimbo yake, kama Mungu alivyomwambia. Kiroho, 'fimbo' ni imani. Kama tunavyoitumia kusaidia miguu yetu minyonge, tunaweza kufanya lolote ambalo kwa nguvu zetu wenyewe haliwezekani, ila tu tukiwa na imani katika Mungu Mwenyezi.

Kwa sababu Musa alijua upungufu wake vizuri sana, pia aliogopa na kuadhirika kidogo, lakini alitegemea imani peke yake katika njia yake ya hatari ya kuwaokoa watu.

Vigezo vya Kutofautisha Mtu wa Mungu

Musa alipoenda kwa watu wa Israeli ili atimize upaji wa Mungu, Mungu alithibitisha kwamba Musa alikuwa mtu wa Mungu si kwa maneno peke yake, bali kwa ishara zilizofuata maneno yake.

Wakati kile alichosema kilipoonekana halisi, na wakati alipofanya mambo ya uwezo ambayo hayangeweza kufanywa na wanadamu, hakuna mtu aliyeweza kukataa kwamba Mungu alikuwa pamoja naye.

Kutoka 7:1 inasema, "Kisha BWANA akamwambia Musa, 'Angalia, nimekufanya wewe kuwa kama Mungu kwa Farao;

na huyo ndugu yako Haruni atakuwa nabii wako.'" Kama ilivyosemwa, kwa sababu ya kazi za uwezo zilizodhihirishwa kupitia kwa Musa, alichukuliwa kama Mungu na Farao na pia na watu wa Israeli. Kwa kuwa Mungu alimfanya Musa aonekane kama mungu, Farao aliogopa sana kumwua.

Hata sasa, Wayahudi humpa Musa heshima kubwa sana kama nabii na mwalimu mkubwa zaidi ya wote. Kama tu tunavyoweza kuona Musa alikuwa mtu wa aina gani, kupitia kwa uwezo wa Mungu uliodhihirishwa kupitia kwake, tunaweza pia kutofautisha watu wa Mungu kwa matunda yao.

Kumbukumbu la Torati 18:22 inasema, "Atakaponena nabii kwa jina la BWANA, lisifuate jambo lile wala kutimia, hilo ndilo neno asilolinena BWANA. Kwa kujikinai amelinena huyo nabii, usimwogope." Tunaweza kuona kama mtu amethibitishwa na Mungu au la kwa kuona matokeo ya neno lake.

Kwa mfano, mtu aliyethibitishwa na Mungu hutumikia na kumpenda kila mtu na ni mwaminifu katika nyumba yote ya Mungu, kwa hivyo husifiwa na wengine. Zaidi ya hayo, yeye pia atafanya kazi za nguvu ambazo Musa, mtume Paulo, na Petro walifanya.

Kama miaka 3,400 iliyopita, Mungu alimtuma Musa na akawaokoa wana wa Israeli kutoka Misri. Na kila wakati, alituma watu wake kuwaokoa watu wake.

Hata katika kipindi ambapo giza huufunika ulimwengu,

Mungu anataka kuwaongoza watu wake kupitia watu wake wanaomtii yeye. Anataka kujitolea ushuhuda kupitia kwa uwezo wake na aokoe watu wasiohesabika kutokana na huu ulimwengu ambao unafananishwa na Misri. Anataka kuwapeleka katika Nchi ya Kanaani, ambayo ndiyo ufalme wa mbinguni, nchi itiririkayo maziwa na asali.

Sura ya 2

"Nitakufanya Kama Mungu"

- Mapigo Kumi -

Kutoka 7:1-7

BWANA akamwambia Musa, "Angalia, nimekufanya wewe kuwa kama Mungu kwa Farao, na huyo ndugu yako Haruni atakuwa nabii wako. Utanena hayo yote nikuagizayo, na ndugu yako Haruni atanena na Farao, ili awape wana wa Israeli ruhusa watoke nchi yake. Nami nitaufanya mgumu moyo wa Farao, nami nitazifanya kuwa nyingi ishara zangu na ajabu zangu katika nchi ya Misri. Lakini Farao hatawasikiza ninyi, nami nitaweka mkono wangu juu ya Misri, na kuyatoa majeshi yangu, watu wangu, hao wana wa Israeli, watoke nchi ya Misri kwa hukumu zilizo kuu. Na Wamisri watajua ya kuwa mimi ndimi BWANA, hapo nitakapounyosha mkono wangu juu ya Misri na kuwatoa wana wa Israeli watoke kati yao." Musa na Haruni wakafanya vivyo; kama BWANA alivyowaambia, ndivyo walivyofanya. Huyo Musa alikuwa ni mtu wa miaka themanini umri wake, na Haruni alikuwa ni mtu wa miaka themanini na mitatu, hapo waliponena na Farao.

"Wewe! Endelea kukifanyia kazi!"

Kwa viboko walivyopigwa na wasimamizi, hali ya utumwa kwa Waisraeli ilikuwa mbaya. Zaidi ya miaka arobaini ilikuwa imepita tangu Musa alipokimbilia jangwa la Midiani, na hali ya utumwa ilizidi kuwa mbaya. Katikati ya kazi ngumu, wana wa Israeli walimtafuta Mungu waliyekuwa wamemsikia kutoka kwa baba zao.

Wana wa Israeli waliguna kwa sababu ya utumwa, na wakalia; na Kilio chao cha kulilia msaada kwa sababu ya utumwa wao kikapaa na kumfikia Mungu (Kutoka 2:23).

Miaka 400 kule Misri ilikuwa muda mrefu sana. Katika nchi ya ugenini iliyokuwa na miungu mingi ya kigeni, imani ya Waisraeli kwa Mungu ilififia pole pole. Kilio chao hakikutoka kweli kwa imani yao kwa Mungu, bali lilikuwa ombi lao la ari kwa Mungu ili wawekwe huru kutoka utumwani. Kwa maana fulani walikuwa wanatumaini tu kupata nafasi yoyote.

Musa Alienda Mbele ya Farao na Imani Peke Yake

Wamisri waliwafanya Waisraeli wajenge miji ya magala, Pithomu na Raamsesi, watengeneze matofali, na kuwalimia. Wamisri walinufaika sana kupitia kwa Waisraeli.

Musa wakati mmoja alikuwa mwana wa mfalme wa Misri, lakini sasa alikuwa tu kama mkimbizi na mchungaji. Hakukuwa na nafasi ya Farao kuwaweka huru Waisraeli kwa sababu tu ya matakwa ya Musa. Kinyume na hilo, katika hali kama hizo Musa angekuwa amechukuliwa kuwa mwenda wazimu, au angekuwa ameuawa kwa hilo.

Ilikuwa haiwezekani kabisa kama angekuwa amewaza kwa mawazo ya wanadamu. Lakini Mungu alikuwa pamoja naye. Mungu mwenyewe alithibitisha maneno ya Musa na akaahidi kwamba angeweza kufanya mambo ya uwezo wa Mungu.

Musa alikuwa na wasiwasi kwa kuwa hakuwa msemaji mzuri, na Mungu akampa ndugu yake Haruni kama mtu ambaye angenena kwa ajili yake. Mungu alimfanya Musa aonekane kama Mungu kwa Haruni.

Kabla Musa kufika Misri, Mungu alikuwa amemtokea Haruni tayari na kumwambia aende Mlima Horebu na akakutane na Musa huko. Musa alipokutana na ndugu yake Haruni, alimwambia kuhusu kila neno na ishara aliyompa Mungu.

Musa alifika Misri na akawaita wazee wote wa Israeli. Akasema, "Wazee, Mungu amesikia kilio chenu na amenituma nimwokoe kutokana na taabu zenu."

Kama ushahidi, Musa aliwaonyesha ile fimbo ilivyogeuka nyoka na kugeuka tena kuwa fimbo, na mkono kushikwa na ukoma na kupona. Wakakubali hayo kwa kuinamisha vichwa vyao kwa heshima.

Musa na Haruni wakaenda mbele ya Farao kwa ujasiri wakiwa na matarajio na matakwa motomoto ya watu wao. Wakatoa ujumbe ambao Mungu alikuwa amewaambia kuwaacha watu wa Israeli watoke katika hiyo nchi na waende nyikani wakamtolee Mungu sadaka. Hata hivyo, jambo hilo halikuwa jambo rahisi kama walivyokuwa wamefikiria.

Farao akasema, "BWANA ni nani, hata niisikilize sauti yake, na kuwapa Israeli ruhusa waende zao? Mimi simjui BWANA, wala sitawapa Israeli ruhusa waende zao" (Kutoka 5:2).

Moyo wa Farao ulifanywa kuwa mgumu na hakusikia amri ya Mungu. Badala ya kuwaachilia, alifikiri kwamba Waisraeli waliwaza mambo kama hayo kwa sababu walikuwa na wakati mwingi wa kupumzika. Kwa sababu hiyo akaongeza kiasi cha kazi na kuwa mkali zaidi juu yao. Mateso yaliendelea kuwa makali zaidi.

Basi wanyapara wa wana wa Israeli wakaenda, wakamlilia Farao, wakisema,"Mbona umetutendea hivi, sisi watumwa wako? Watumwa wako hawapewi majani, nao wanatuambia, Fanyeni matofali." (kif. 15-16)

Lakini jibu la Farao halikuwa la huruma.

Wavivu ninyi; wavivu; kwa ajili hii mwasema, "Tupe ruhusa twende kumtolea BWANA dhabihu." Basi, enendeni sasa, mkafanye kazi; kwa maana hamtapewa majani, na pamoja na hayo mtaleta hesabu ile ile ya matofali (Kutoka 5:17-18).

Walifikiri kwamba Farao angewaachilia huru mara moja, lakini badala yake walilazimika kupata taabu zaidi. Kwa hivyo wakati huu wakaja kumlalamikia Musa na Haruni. Hata ingawa walikuwa wanawaletea mapenzi ya Mungu, hawakutaka kusikiliza.

Kwa kuwa zaidi ya miaka 400 ilikuwa imepita tangu waingie Misri, tunaweza kuelewa Waisraeli walikuwa na imani aina gani wakati huo. Walikuwa wamefika kiasi ambacho walikuwa hawamjui Mungu tena.

Walijua tu kwamba Mungu aliwatokea baba zao Ibrahimu, Isaka, na Yakobo, na angewaongoza kutoka Misri hadi Nchi ya Kanaani. Katika maana ya leo, walikuwa kama waamini wapya kanisani.

Kwa kuwa Mungu alijua kiwango chao cha imani, hakuwalaumu bali alianza kuwaonyesha kazi zake kupitia kwa Musa. Kazi hizi zilikuwa yale 'Mapigo Kumi.'

Mapigo Kumi Yaliyodhihirishwa kupitia kwa Musa

Mungu alimtuma Musa na Haruni mbele ya Farao tena.

Kuthibitisha kwamba neno lake lilikuwa kweli, Mungu alifanya ishara. Kama tu alivyomruhusu Musa aifanye kule Mlima Horebu, Haruni alipotupa ile fimbo chini, iligeuka nyoka. Lakini waganga wa Misri pia walifanya fimbo zao zigeuke nyoka, ingawa nyoka wao hawakuwa na nguvu kama yule aliyefanywa na Haruni. Kisha, Farao alipoona hivyo, hakumsikiliza Musa.

Katika ustaarabu wa zamani, wachawi na waganga mara nyingi walitoa sadaka. Shina la neno 'uganga' linataja makuhani katika uajemi ya kale.

Walifanya kiini macho, kupiga ramli kwa msaada wa pepo, na hata wakaleta aina fulani ya majanga. Farao aliona uwezo wa Mungu kuwa uwezo wa hawa wachawi.

Mungu alileta Mapigo Kumi katika nchi yote ya Misri, pigo moja baada ya lingine mpaka Farao akawaachilia Waisraeli waondoke Misri. Mapigo haya yalianza kama jambo dogo lakini hatimaye yaliwauayaliua wazaliwa wa kwanza wa kiume wote wa Misri.

Haya matukio yote yaliyofanyika maelfu ya miaka iliyopita yanawezaje kuhusianaje na sisi leo hata Mungu akayaruhusu yaandikwe katika Biblia katika utondoti mwingi sana.

Ni kwa ajili ya kukumbuka kwamba uwezo wa Mungu ulidhihirishwa katika nchi yote ya Misri kupitia kwa mtu wake Musa. Lakini sababu ya muhimu zaidi ni maana ya kiroho iliyomo katika hayo Mapigo Kumi.

Mungu alitumia hali hii kwa sababu alitaka kutuonyesha sababu za watu kukabiliwa na majanga na njia za kuokoka kutokana na majanga hayo. Mapigo Kumi hayakuwapiga Wamisiri peke yao, maelfu ya miaka iliyopita; yanawakilisha aina zote za majanga ambayo yanaweza kufanyika katika maisha yetu leo.

Ufunuo 11:8 inasema, "Na mizoga yao itakuwa katika njia ya mji ule mkuu, uitwao kwa jinsi ya roho Sodoma, na Misri, tena ni hapo Bwana wao aliposulibiwa." Misri, katika maana ya kiroho, inaashiria huu ulimwengu uliojaa dhambi.

Kama tu Farao alivyokabiliwa na majanga mengi alipompinga Mungu, wale wanaoishi dhambini watapata matatizo mbalimbali. Matatizo haya yote yamo katika hayo 'Mapigo Kumi'.

La kwanza ni pigo la damu. Musa alimwambia Haruni apige mto wa Nili kwa hiyo fimbo, na maji yote ya Misri yakageuka damu. Ni lazima lilikuwa jambo la kutisha sana kwa kuwa maji yote yaligeuka damu! Kulikuwa na harufu mbaya ya damu na samaki waliokufa kila mahali. Wamisri walichimba visima kwa haraka ili wapate maji ya kunywa kwa kuwa hawangeweza kunywa au kutumia maji yoyote kutoka katika mto huo.

Hao samaki waliokuwa mtoni nao wakafa; na ule mto ukatoa uvundo, Wamisri wasipate kunywa maji ya mtoni. Na ile damu ilikuwa katika nchi yote na Misri. Wamisri wote wakachimba-chimba kando ya mto ili wapate maji ya kunywa; maana, hawakuweza kuyanywa yale maji ya mtoni. (Kutoka

7:21, 24).

Pigo hili la damu linawakilisha mateso yajayo kutoka kwa ukosefu wa moja wapo ya mahitaji muhimu ya lazima kwa kuishi. Kiroho, linaashiria matatizo yanayotukabili katika mazingira yetu, kama vile nyumbani au kazini.

Lakini waganga wa Misri wakageuza maji yakawa damu, Farao akaufanya moyo wake ukawa mgumu na hakumsikiliza Musa. Kisha, pigo la pili likaja.

Vyura wasiohesabika walipanda kutoka mto wa Nili na kujaza taifa lote. Lakini waganga wa Misri pia wakafanya vivyo hivyo. Si barabara peke yake bali pia vyumba vya kulala na hata vyombo vya kukandia vilijaa vyura.

Chura mume anaweza kuwa na ukubwa wa sentimita ishirini na mlio wake ni mkubwa sana. Ingawa si vyura waume walioingia Misri, hebu fikiri vyura wakubwa wa kukirihi wakirukaruka karibu nawe kila mahali. Ni lazima ilikuwa inaudhi sana.

Chura ni mmoja wapo wa wanyama wasiopendwa, na kiroho, wanamwakilisha Shetani (Ufunuo 16:13). Vyura wakiingia nyumbani mwa mfalme, vyumbani, nyumba za watumishi wa Farao na za watu, wanaashiria Shetani akiwashikisha laana wanadamu kwa jumla, bila kujali cheo katika jamii au umri. Vyura pia waliingia ndani ya meko na vyombo vya kukandia unga. 'Meko' zinarejelea mahali pa kazi na biashara, na 'vyombo vya kukandia' chakula chetu cha kila siku.

Kwa hivyo, pigo la vyura linaashiria kazi za Shetani zinazofanyika majumbani mwetu na mahali petu pa kazi. Haivumiliiki kwa sababu Shetani anafanya kazi nyumbani, kazini, na hata katika chakula cha kila siku.

Waganga wa Misri walifanya vyura wapande, lakini walishindwa kuwaondoa. Hatimaye, Farao akamwita Musa upesi na akamwahidi kwamba angewaachilia Waisraeli waende kama angeondoa hao vyura. Farao alisema:

Mwombeni BWANA, ili awaondoe vyura hawa kwangu mimi na kwa watu wangu; nami nitawapa watu ruhusa waende zao, ili wamtolee BWANA dhabihu (Kutoka 8:8).

Kesho yake, Musa alipomwomba Mungu, vyura wote katika nyumba ya mfalme, nyumba, na barabara walitoka na wakafa.

Lakini Kutoka 8:15 inasema, "Lakini Farao alipoona ya kuwa pana nafuu, akaufanya moyo wake kuwa mzito, asiwasikize; kama BWANA alivyonena." Wakati Farao alipokuwa na hitaji, alimwomba Musa amsaidie lakini hali ilipobadilika, aligeuza nia yake.

Kwa sababu Mungu alijua huu moyo wa Farao, mapigo yaliendelea mpaka wakati angeweza kutii amri ya Mungu. Sasa pigo la tatu likaja.

Musa alimwambia Haruni ainue fimbo na apige vumbi la ardhini, na vumbi likawa chawa. Chawa wasiohesabika waliwaingia watu na mifugo. Vumbi lisilokuwa na uhai likawa chawa wanaoishi, wakifyonza damu kutoka kwa watu na wanyama, wakisababisha kujikuna na mwasho.

Hili pigo kiroho linaashiria hali ambapo vitu kidogo kwa ghafula huibuka juu na kukua na kuwa matatizo makubwa zaidi, na kusababisha uchungu mwingi na mateso mengi. Mfano unaweza kuwa wakati matatizo madogo yanapoendelea kulimbikizika kati ya ndugu au kati ya mume na mke, na baadaye yalete mapigano makubwa.

Chawa wanaweza kuishi juu ya watu wakati watu wanapokosa kuwa wasafi. Kwa hivyo, chawa kuwa juu ya watu maanake ni pigo la chawa hufanyika kwa wale wenye aina fiche ya uovu.

Waganga wa Misri hawakuweza kuigiza pigo la chawa wala pigo lolote kati ya yale yaliyofuata. Waliweza kuigiza kufikia kiwango cha kugeuza maji kuwa damu au kupandisha vyura kutoka mto wa Nili, lakini hawakuweza kugeuza vumbi la ardhini liwe chawa.

Zaburi 62:11 inasema, "Mara moja amenena Mungu; Mara mbili nimeyasikia haya, Ya kuwa nguvu zina Mungu." Kama ilivyosemwa, hata pamoja na maendeleo katika sayansi ya matibabu, mwanadamu hawezi kumfufua mtu aliyekufa au kuumba kitu bila kutumia kitu chochote. Kazi hizi ni za Mungu Muumba peke yake.

Waganga wa Misri waliungama kwamba ulikuwa uwezo wa Mungu (Kutoka 8:19), lakini Farao alikuwa na shingo ngumu bado. Hata baada ya kuona uwezo wa Mungu, aliufanya moyo wake kuwa mgumu zaidi na hali hii ikaleta pigo kubwa zaidi, pigo la nzi.

Mpaka kufikia pigo la chawa, tukitubu na kugeuka, tunaweza kupona mara moja. Lakini kuanzia pigo la nzi, ukuta wa dhambi dhidi ya Mungu huwa umejengwa, kwa hivyo tunahitaji toba ya kisawasawa. Nzi hawakufunika nyumba za watu peke yake, bali pia nyumba za watumishi wa Farao na nyumba yake ya kifalme. Inaudhi na kuchukiza kuona nzi mmoja tu anayepeperuka juu ya chakula chetu kwa kuwa anabeba vidudu vya magonjwa. Tutaudhika namna gani tukiona nzi wasiohesabika! Nzi huzaa mahali pachafu na magonjwa huenezwa kila mahali wanapoenda. Vivyo hivyo, kiroho, pigo la nzi linawakilisha hali ambapo watu husema maneno maovu kutoka mioyoni mwao, na hayo maneno huenezwa hapa na pale. Hili huwa mtego kwao, na hupata magonjwa au matatizo ambayo huletwa juu yao, watoto wao, wake zao, au mahali pao pa kazi.

Bali vitokavyo kinywani vyatoka moyoni; navyo ndivyo vimtiavyo mtu unajisi. Kwa maana moyoni hutoka mawazo mabaya, uuaji, uzinzi, uasherati; wivi, ushuhuda wa uongo, na matukano (Mathayo 15:18-19).

Kwa mara nyingine tena Farao akamwomba Musa aondoe nzi na kisha akaahidi kuwaachilia Waisraeli waende, lakini nzi walipoondolewa kweli, hakutimiza ahadi yake.

Hatimaye, mapigo ya tauni na majibu yakaletwa, na sio watu tu lakini pia mifugo ya Misri iliteseka. Tauni ni ugonjwa wa kuambukiza au kuenea upesi ambao si rahisi kupona. Ni mkurupuko na huenea ndani ya mwili. Mifugo wengi wa Misri walikufa kwa sababu ya tauni hii.

Mifugo ilijumuisha farasi, ng'ombe, kondoo, mbuzi, na ngamia waliokuwa wakifugwa na watu. Walikuwa sehemu kubwa ya mali ya mfalme, watumishi wake, na watu wake. Katika maana ya leo, kwa sababu wao ni vitu vyenye uhai, unaashiria jamaa wanaoishi katika nyumba moja.

Na tauni kutupwa juu ya mifugo maanake ni uovu wa mtu huleta magonjwa mabaya si kwake tu peke yake lakini pia jamaa yake kupatwa na magonjwa mabaya. Mtu akilimbikiza ovu juu ya ovu, ni lazima Mungu atageuza uso wake kutoka kwa huyo mtu, uovu huo utaleta majanga ya aina.

Zito zaidi kuliko pigo la tauni ni pigo la majipu. Tauni huingia mwilini, lakini majibu huonekana nje pia. Husababisha vidonda vya tumbo, mwasho, kutokwa na uchafu, na usaha. Ni kisa kikali cha ugonjwa wa ngozi au wakati ugonjwa wa ndani unapozidi na kuonekana nje pia.

Kwa mfano, saratani huwa ndani ya mwili mara ya kwanza peke yake, lakini zinapokuwa mbaya zaidi, inaweza hata kujitokeza nje. Ndivyo ilivyo na baadhi ya kifua kikuu cha kwenye pafu, matatizo ya ini, au UKIMWI. Wale wanaoshikwa na magonjwa haya kawaida wepesi wa hasira, wana kiburi, na hawapendi maoni ya wengine na huwadharau wengine, na hawakubali kirahisi makosa ya wengine.

Mbali na mambo hayo, mtu anaweza kukabiliwa na pigo

la majipu anapofanya dhambi ya mauti katika matendo, au ambayo pia yanaitwa kazi za mwili, au wazazi wake, watu wa jamaa yake au mababu zake wameabudu sanamu sana. Lakini hata kama wazazi wa mtu huabudu sanamu, mtoto anapoishi katika neno la Mungu, Mungu humlinda, hivyo basi hatakapiliwa na janga lolote.

Farao hakugeuka hata baada ya kupatwa na hayo mapigo, na pigo la mvua ya mawe na moto ukaja kutoka mbinguni. Haikuua mimea peke yake katika nchi yote ya Misri lakini pia wanyama wengi na watu waliopatikana nje.

Jiwe la mvua linaweza kuwa na ukubwa wa kama kipenyo cha 15 cm. Huo ni ukubwa wa zabibu kubwa. Haiwezi kufikiriwa kwamba mawe makubwa kama hayo yanaweza kuanguka kutoka angani pamoja na moto. Ni lazima ilisababisha uharibifu mkubwa sana si kwa mimea tu peke yake bali pia kwa nyumba na wanyama.

Kiroho, pigo la mvua ya mawe linarejelea ajali zisizotarajiwa au visa vinavyosababisha uharibifu mkubwa kwa mali za mtu. Linafanana na wakati mtu mmoja katika jamaa anapopata ajali kubwa au amepimwa na kupatikana na ugonjwa mbaya, ambao gharama ya matibabu yake itakuwa juu sana.

Kwa mfano, wakati mwamini anapokuwa na tamaa ya pesa na anajali tu kupata pesa zaidi, anawezakuwa hatashika Sabato yote. Basi, kunaweza kuwa na tatizo la ghafula mahali pake pa kazi au biashara, na hata anaweza kupoteza pesa zake kwa sababu ya ajali au ugonjwa. Hili ni kama pigo la mvua ya mawe. Kwa sababu mvua ya mawe iliharibu sehemu tu ya mimea mashambani, haimaanishi kwamba kila kitu kitapotea kwa sababu ya pigo la mvua ya mawe.

Lakini, mimea iliyobaki baada ya pigo la mvua ya mawe ilimalizwa kabisa na pigo la nzige lililofuata. Kundi la mamilioni ya nzige lazima lilikuwa tisho kubwa kwao.

Nao wataufunika uso wa nchi, mtu asipate kuona hiyo nchi. Nao watakula mabaki ya hayo yaliyopona yaliyowasalia baada ya ile mvua ya mawe, watakula kila mti umeao kwa ajili yenu mashambani. Na nyumba zako, na nyumba za watumishi wako, na nyumba za Wamisri wote zitajawa na nzige; mfano wake baba zako wala baba za baba zako hawakuona, tangu siku walipoanza kuwapo juu ya nchi hata hivi leo (Kutoka 10:5-6).

Nzige wanapopita juu ya shamba, hakuna hata unyasi mmoja utakaobaki. Ni janga la kutisha sana. Pigo la nzige hutoa kila kitu, na uharibifu ni mkubwa sana kuliko ule wa pigo la mvua ya mawe.

Kwa mfano, likilinganishwa na pigo la mvua ya mawe, madhara ya pigo la nzige yanaweza kuwa kuishiwa, ugonjwa wa mtu unaweza kuwa haupuni, au mtoto wa mtu amepotea njia kufikia mahali pa kutoweza kurekebishwa. Katika hali hii, jamaa yote au biashara yote itakwama. Kama hatutatubu hata baada ya kukabiliwa na aina hii ya pigo, hakuna kitu kitabaki.

Kila wakati pigo lilipokuja, Farao aliahidi kwamba angewaachilia Waisraeli waende, lakini pigo lilipoisha, kila wakati aligeuza nia yake.

Basi Musa akainua mikono yake juu mbinguni, na pigo la giza likaanguka juu ya Misri. Hakukuwa na mwangaza wa aina yoyote. Hakukuwa na jua wala mwezi kwa siku tatu. Ni lazima Wamisri walikuwa na hofu kubwa sana!

Bwana akamwambia Musa, "Nyosha mkono wako kuelekea mbinguni, kuwe giza juu ya nchi ya Misri, watu wapapase-papase gizani." Basi Musa akaunyosha mkono wake kuelekea mbinguni; kukawa na giza nene katika nchi yote ya Misri muda wa siku tatu. Hawakupata kuonana mtu na mwenziwe, wala hakuondoka mtu mahali alipokuwa muda wa siku tatu (Kutoka 10:21-23).

Giza linapokuja kabla mtu kufa, maanake ni kwamba giza huufunika uhai wa mtu, na huyo mtu hana tumaini lolote katika kipengee chochote cha maisha yake. Pigo la aina hii huja juu ya wale wenye mioyo migumu na hawatatubu kamwe, hata baada ya kupoteza kila kitu walicho nacho.

Ni kwa sababu hawakubali kuwako kwa Mungu. Hata kama wanaungama kuamini, hawashiki neno la Mungu lakini huweka tu uovu. Ni pigo kubwa ambalo liko karibu na kifo, lakini uhai wao wenyewe hauharibiwi.

Hata baada ya pigo la giza, Farao hakuwaachilia watu wa Israeli watoke Misri. Hatimaye, alikuwa hana budi kukabiliwa na pigo la kifo cha wazaliwa wa kwanza. Kiroho, linarejelea hali ambapo mwana mpendwa wa mtu au mtu wa jamaa yake hufa au huingia ndani sana katika ufisadi kiasi cha kutoweza kuokolewa.

Mapigo Kumi yaliendelea kuzidi kuwa makali na hatari zaidi yalipokuwa yanaendelea kuletwa moja baada ya lingine. Hata wakati watumishi wa Farao walipokuwa wanasema kwamba Misri ilikuwa imeharibika, bado Farao hakuacha njia zake.

Kwa sababu hiyo Mungu akaongeza pigo la kifo cha wazaliwa wa kwanza wote wa Misri.

Wazaliwa wa kwanza wote katika nchi ya Misri watakufa, tangu mzaliwa wa kwanza wa Farao aliyeketi katika kiti chake cha enzi, hata mzaliwa wa kwanza wa huyo kijakazi aliye pale nyuma ya jiwe la kusagia; na wazaliwa wa kwanza wote wa wanyama (Kutoka 11:5).

Mungu Aliitenga Nchi ya Gosheni

Je, Waisraeli pia walipatwa na mapigo haya pamoja na Wamisri?

Wakati huo, Waisraeli walikuwa wanakaa Gosheni. Kwa kuwa Waisraeli wengi walikuwa wafugaji wa ng'ombe ambao Wamisri waliwaona kuwa najisi, walijenga kijiji chao kando. Lakini hakuna pigo hata moja lililopiga nchi ya Gosheni.

Au kwamba huwapi ruhusa watu wangu, tazama, nitaleta wingi wa mainzi juu yako wewe, na juu ya watumishi wako, na juu ya watu wako, nao wataingia ndani ya nyumba zako; na nyumba za Wamisri zitajawa na wingi wa mainzi, na nchi nayo ambayo wa juu yake. Nami siku hiyo nitatenga nchi ya Gosheni, watu wangu wanayokaa, ili hao mainzi wasiwe huko; ili kwamba upate kujua wewe ya kuwa mimi ndimi BWANA kati ya dunia (Kutoka 8:21-22).

Kama ilivyonakiliwa, huku nchi yote ya Misri ikiwa imefunikwa na mainzi, hakukuwa na nzi hata mmoja kule Gosheni. Ilikuwa ishara ya kwamba Mungu aliwatenga Waisraeli na Wamisri. Zaidi ya hayo, hawakuathiriwa na tauni, majipu, mvua ya mawe, na nzige. Mapigo hayakuipiga nchi ya Gosheni. Hata ingawa kulikuwa na giza totoro katika Misri yote, kule Gosheni kulikuwa na nuru. Wale walioona jambo hili walishangaa na wakamtukuza Mungu.

Pigo la Kifo cha Wazaliwa wa Kwanza na Pasaka

Mungu aliiacha nchi yote ya Misri ijue kuhusu kifo cha wazaliwa wote wa kwanza, na akawapa maagizo Waisraeli. Siku ya pigo kubwa juu ya Misri, walipaswa kuchukua kondoo au mbuzi mume wa mwaka mmoja, asiye na mawaa na wapake damu yake juu ya kizingiti cha mlango na mimo yake miwili. Pia hawakuruhusiwa kutoka nje hadi asubuhi.

Kwa kuwa BWANA atapita ili awapige hao Wamisri; na hapo atakapoiona hiyo damu katika kizingiti cha juu, na katika ile miimo miwili, Bwana atapita juu ya mlango, wala hatamwacha mwenye kuharibu aingie nyumbani mwenu kuwapiga ninyi. (Kutoka 12:23).

Kupaka damu juu ya kizingiti na mimo miwili kunaashiria Yesu Kristo na damu yake ikomboayo. Inamaanisha tunaweza kusamehewa dhambi zetu na kupokea wokovu kwa damu ya Bwana. Kuhusu hili, Yesu alisema, "Mimi ndimi mlango; mtu akiingia kwa mimi, ataokoka; ataingia na kutoka, naye atapata malisho" (Yohana 10:9).

Pia walilazimika kumchoma na kumla na mikate isiyochachwa na mboga za uchungu. Kama Yesu alivyosema katika Yohana 6:53, "Amin, amin, nawaambieni, Msipoula mwili wake Mwana wa Adamu na kuinywa damu yake, hamna uzima ndani yenu," ni lazima tule mwili wa Yesu, yaani neno la Mungu.

Pia Mungu aliwaambia wasimle mbichi au wa kuchemshwa kwenye maji, lakini wale kichwa, miguu, na nyama za ndani vikiwa vimechomwa juu ya moto. Maanake ni lazima tule neno la Mungu lililo katika vitabu sitini na sita vya Biblia kwa moto na msukumo wa Roho Mtakatifu.

Kulingana na amri hii ya Mungu, Waisraeli walichukua kondoo au mbuzi mume wa mwaka mmoja asiyekuwa na mawaa, wakapaka damu yake juu ya kizingiti na mimo miwili, na wakala nyama iliyochomwa juu ya moto.

Usiku wa manane, kulikuwa na kilio kikuu katika nchi ya Misri. Kuanzia mifugo hadi wanadamu, wazaliwa wote wa kwanza waliuawa. Lakini Waisraeli walilindwa salama.

Ndipo mtawaambia, Ni dhabihu ya pasaka ya BWANA,

kwa kuwa alipita juu ya nyumba za wana wa Israeli huko Misri, hapo alipowapiga Wamisri, akaziokoa nyumba zetu" (Kutoka 12:27).

Kuanzia wakati huo hadi leo, Israeli hukumbuka neema ya Mungu iliyowaepusha na kifo cha wazaliwa wao wa kwanza. Wanasherehekea Pasaka na kula mikate isiyotiwa chachu kwa siku saba wakikumbuka mateso waliyopata Misri.

Sura ya 3

"Mtajua kwamba Mimi ni BWANA, Mungu Wako"

- Kutoka -

Kutoka 16:13-15

Basi ikatokea kwamba jioni kware wakaja na kufunika kambi, na asubuhi iliyofuata kukawa na safu ya umande kuzunguka ile kambi. Ile safu ya umande ilipoyeyuka, tazama, juu ya ardhi ya nyika kulikuwa na kitu kama chembe nyororo, nyororo kama theluji nyembamba juu ya ardhi. Wana wa Israeli waliiona, na wakasemezana, "Kile ni nini?" Kwa kuwa hawakujua kilikuwa kitu gani. Na Musa akawaambia, "Ni ule mkate ambao BWANA amewapatia mle."

Farao hakutaka kuwaachilia Waisraeli waende hata ingawa Misri ilikuwa imepigwa na mapigo haya mbalimbali. Lakini baada ya pigo la kifo cha wazaliwa wa kwanza hatimaye akawaachilia. Wazaliwa wa kwanza wote wa Misri pamoja na wanyama walikufa usiku mmoja. Kilio cha Wamisri kilionekana kama kilichofika mbinguni.

"Aa, mwanangu... mwana wa Farao!"

Farao alikuwa ameufanya moyo wake kuwa mgumu, lakini alikuwa hana lingine ila kusalimu amri baada ya mwanawe kufa. Akamwita Musa akamwambia awachukue watu wa Israeli na aondoke Misri.

Wamisri walilazimika kuteseka kutoka kwa mapigo makubwa kwa sababu ya ukaidi wa Farao. Hata hivyo, waliwahimiza Waisraeli watoke haraka na wakawapa fedha na dhahabu na hata nguo zao. Tukifahamu haya tunaweza kufikiria waliteseka kwa kiasi gani kutokana na hayo Mapigo Kumi. Mungu alikuwa amemwambia Musa tayari kuhusu hilo wakati alipomwita.

Hata itakuwa, hapo mtakapokwenda zenu hamtakwenda

kitupu. Lakini kila mwanamke ataomba kwa jirani, na kwa huyo akaaye naye nyumbani, vyombo vya fedha, na vyombo vya dhahabu, na mavazi; nanyi mtawavika wana wenu na binti zenu. Nanyi mtawateka nyara Wamisri" (Kutoka 3:21-22).

Kila kitu kilifanywa kama Mungu alivyosema. Utumwa wa Waisraeli kule Misri ulifika mwisho, na wakafunga safari ya kwenda Nchi ya Ahadi, Kanaani.

Kutoka, Kuokoka kwa Ufukufu

Wakiwa na Musa akiwa kiongozi, Waisraeli walitoka Ramusesi kuelekea Sukothi na mabadhi yao na ng'ombe zao. Tukihesabu watu wazima wa kiume peke yao, kulikuwa 600,000, kwa hivyo tukijumuisha watoto, wazee, na wanawake ni lazima kulikuwa na zaidi ya watu milioni mbili. Hebu fikiria tu watu wengi namna hii wakienda kwa wakati mmoja!

Kwa kuwa walikuwa wafugaji wa wanyama kwa miaka 400, makundi yao na ng'ombe walikuwa wengi sana. Pamoja na milio ya mifugo na milio ya magari, ni lazima kulikuwa na vurugu.

Watoto walikuwa wanakimbia huku na kule na wazee pia walikuwa wanakazana wasiachwe nyuma ya msafara. Walikuwa wamejawa na furaha ya kuwa huru na walisisimka kama watoto katika pikiniki.

Wale watu wangekuwa na raha tu wakiwa na tumaini la kufurahia baraka katika Nchi ya Kanaani, lakini Musa alikuwa tofauti. Alikuwa lazima achukue jukumu la kuongoza kundi kubwa la watu namna hiyo yeye peke yake. Kama Yusufu alivyokuwa amesema katika wosia wake wa mwisho akiomba kwamba wachukue mifupa yake hadi Nchi ya Ahadi, Musa aliongoza na hiyo mifupa ya Yusufu.

Njia fupi zaidi ya kutoka Misri hadi Kanaani ilikuwa kufuata mfuo wa pwani wa Bahari ya Kati, kupitia mkondo wa Gaza wa leo, na kuendelea na njia ya kupitia nchi ya Wafilisti.

Kwa sababu wale waliokuwa wakijaribu kuvamia Misri walitumia njia hii, mpaka ulikuwa unalindwa vikali sana. Hata kama wangevuka mpaka, kwenda moja kwa moja Ufilisti, wangekuwa wamejiletea vita.

Lakini na imani ya Waisraeli wakati huo, vita vilikuwa si chaguo kamwe. Walikuwa hawana imani ya kutosha kupigana vitani. Badala yake wangetaka kurudi Misri.

Waisraeli walikuwa wana furaha kwamba wamewekwa huru kutoka katika utumwa. Hawakuwa na imani ya kweli kwa Mungu. Kama walikuwa na aina yoyote ya ugumu, wangekuwa wametaka kurudi Misri.

Mtihani mkubwa ukija kwa mwamini mpya na akiwa hawezi kushinda, atarudi tena ulimwenguni. Waisraeli walikuwa sawa na mwamini huyo mpya.

Kwa sababu Mungu alijua hali hii, hakushika njia fupi zaidi bali akawaacha wavuke Bahari ya Shamu na kuzunguka katika nyika, ingawa hiyo ilikuwa njia ngumu zaidi kushika.

Ilikuwa hapo Farao alipokwisha kuwaacha watu hao waende

zao, Mungu hakuwaongoza kwa njia ya nchi ya Wafilisti, ijapokuwa ilikuwa ni ya karibu; maana Mungu alisema, Wasije wakaghairi watu hawa hapo watakapokutana na vita, na kurudi Misri" (Kutoka 13:17).

Kuvuka Bahari ya Shamu

Kuanzia wakati Waisraeli walipotoka Misri, Mungu alikua akienda mbele yao, akiwaongoza na nguzo ya wingu mchana na nguzo ya moto usiku. Kwa kufunika jua kali nyikani na mawingu mazito, Mungu aliwafanya wapitie nyika iliyokuwa moto sana. Katika sehemu kame za dunia, kama majangwa ya Afrika na ya Mashariki ya Kati, kiwango cha joto ni cha chini kidogo katika kivuli. Pia Mungu aliwapatia nguzo ya moto usiku ili waweze kushinda baridii ya usiku katika eneo la jangwa.

Lakini mwendo wa Israeli wa amani ulikwisha baada ya muda mfupi tu. Punde tu walipata katika mtanziko. Baada ya Farao kuwaachilia Waisraeli waende, alijuta. Alichukua magari maalumu mia sita na madereva wote magari ya Misri na akawafuata. Mungu alijua tayari kwamba jambo hilo lingefanyika na alikuwa amemwambia Musa tayari.

Walipokuwa wamefika karibu na Bahari ya Shamu, Waisraeli waliona jeshi la Farao likiwafuata katika magari na farasi, wakitimua vumbi kila mahali. Mbele yao kulikuwa na Bahari ya Shamu na nyuma yao, jeshi la Misri lilikuwa linawafuata.

Kisha Waisraeli wakalalamika wakasema, "Tulisema tuache tuwatumikie Wamisri. Je! Kwa sababu hapakuwa na makaburi katika Misri umetutoa huko ili tufe jangwani? Maana ni afadhali kuwatumikia Wamisri kuliko kufa jangwani" (Kutoka 14:11). Walikuwa wanamlilia Musa na hofu kubwa sana.

Walitoka Misri kwa sababu Mungu alisikia kilio chao wakati walipokuwa wanateseka kutoka kwa utumwa. Musa hakuwalazimisha kuwatoa Misri. Zaidi ya hayo, Mungu ni nani? Aliruhusu mapigo ya kuogofya katika nchi yote ya Misri na kuwaua wazaliwa wa kwanza wote katika usiku mmoja, lakini akawalinda Waisraeli wote.

Kama wangekuwa wamemwamini Mungu anayetawala uhai na kifo, wangekuwa hawana haja ya kuwa na wasiwasi kamwe kuhusu jeshi la Wamisri. Lakini hata baada ya kuona kazi kubwa kama hizo za uwezo wa Mungu, bado hawakumwamini Mungu. Sasa walikuwa wanalalamika hata dhidi ya Mungu.

Lakini Mungu hakuwakemea Waisraeli waliokuwa na imani ndogo kama hiyo, bali alionyesha kazi kubwa ya uwezo wake kupitia kwa Musa. Mungu hakuwakaripia wale watu waliokuwa na imani ndogo, lakini aliwatunza na upendo wa mzazi ambaye angemtunza mtoto wake mchanga. Ilikuwa kupitia kwa imani ya Musa kwamba Mungu alionyesha kazi nyingine kubwa.

Musa alisema kwa ujasiri kwa Waisraeli waliokuwa wameogopa na wanatetemeka.

Msiogope! Simameni tu, mkauone wokovu wa BWANA

atakaowafanyia leo; kwa maana hao Wamisri mliowaona leo hamtawaona tena milele. BWANA atawapigania ninyi, nanyi mtanyamaza kimya (Kutoka 14:13-14).

Hili ni ungamo zuri sana la imani! Musa hakuangalia Bahari ya Shamu yenye kina au jeshi la Misri lililokuwa linawafukuza. Yeye alitarajia tu kazi kubwa ya Mungu aliyokuwa ataifanya.

Kama Musa alivyoungama, Mungu alianza kuwafanyia kazi Waisraeli. Kwanza, malaika wa Mungu, aliyekuwa anaenda mbele ya kambi ya Israeli, aliondoka mbele akarudi nyuma yao; na nguzo ya wingu ikaondoka kutoka mbele yao na ikasimama nyuma yao.

Kisha wakati wa usiku, upande wa Waisraeli ulikuwa na mwangaza, lakini upande wa Wamisri kulikuwa na wingu na giza tu peke yake. Jeshi la Wamisri halingeweza kusonga mbele katika giza totoro.

Hatimaye, Musa alinyosha fimbo yake kama Mungu alivyomwamuru. Kwa upepo mkali wa mashariki uliopiga usiku wote BWANA alisukuma bahari nyuma na kugeuza bahari kuwa nchi kavu, kwa hivyo maji yakagawanywa.

Hebu fikiria akilini mwako juu ya tukio hili tukufu kabisa.

Na sauti ya ngurumo na upepo mkali, bahari kubwa iligawanywa, na watu wakatembea katikati ya bahari. Maji yalitengeneza kuta upande huu na upande huu.

Hebu jidhanie unatembea katikati ya hii bahari. Ni lazima uwe unatetemeka kwa uoga na kushangazwa na kazi kubwa ya uwezo wa Mungu. Je, hungemtukuza Mungu kwa kukuonyesha kazi ya kushangaza kama hiyo na umsifu na kumwabudu yeye kutoka kilindi cha moyo wako?

Zaidi ya watu milioni mbili pamoja na watoto na wazee na mabadhi yao na ng'ombe wao walikuwa wanavuka kupitia katikati ya bahari.

Lakini jeshi la Misri, ambalo halingeweza kusonga katika giza, punde waliwapata na wakawafuata. Wao pia wakashika njia ile iliyotengenezwa humo baharini. Ilionekana kwamba wangewashika Waisraeli upesi sana, lakini walikuwa na kazi ngumu sana kuwafukuza.

Magurudumu ya magari yalianza kutoka na walikuwa na kazi ngumu ya kuyaendesha hayo magari. Baadhi ya wale askari waliohisi jambo lisilokuwa la kawaida walifikiri, "Na tukimbie mbele ya Israeli; kwa kuwa BWANA anawapigania, kinyume cha Wamisri."

Hisia yao ilikuwa kweli. Waisraeli walipomaliza kuvuka Bahari ya Shamu iliyogawanyika, Musa akanyosha mkono wake juu ya bahari tena. Kisha Bahari ya Shamu iliyogawanyika ikarudi katika hali yake ya kawaida.

"Aa-Aa!"

Kufumba na kufumbua, jeshi lote la Misri lilizama majini.

Wakati huu, Musa na Waisraeli walimsifu na kumwabudu Mungu na shukrani zao kwa Mungu kwa kuwaokoa kutoka mikononi mwa Wamisri. Hisia ya Musa ilikuwa tofauti sana na ya wengine kwa kuwa alikuwa na jukumu la usalama wa watu.

BWANA ni nguvu zangu, na wimbo wangu; naye amekuwa wokovu wangu. Yeye ni Mungu wangu, nami nitamsifu; ni Mungu wa baba yangu, nami nitamtukuza (Kutoka 15:2).

Ee BWANA, katika miungu ni nani aliye kama wewe? Ni nani aliye kama wewe, mtukufu katika utakatifu, mwenye kuogopwa katika sifa zako, mfanya maajabu? (Kutoka 15:11)

Dadake Musa Miriamu na wanawake walicheza na matari mikononi mwao, wakamtukuza Mungu.

Mwimbieni BWANA kwa maana ametukuka sana; Farasi na mpanda farasi amewatupa baharini (Kutoka 15:21).

Mapigo Kumi yalikuwa mshangao wenyewe, lakini Mungu alithibitisha kwa mara nyingine kwamba alikuwa pamoja na Waisraeli. Alimthibitisha na kumshuhudia Musa kwa kuigawanya Bahari ya Shamu.

Kwa sababu Musa alikuwa na imani kutii hata mambo ambayo kwa kweli hayangeweza kutiiwa, waliweza kuona kazi ya maajabu ya Mungu.

Amri ya Mungu ya kugawanya bahari ingekuwa haikutiiwa kama Musa angekuwa ameshikilia mawazo au nadharia za kibinadamu. Lakini alipotii kwa imani, bahari iligawanywa na uwezo wa Mungu. Mambo haya yote ya Mungu yanawezekana kwa imani peke yake.

Malalamiko ya Waisraeli Kule Mara

Baada ya kuvuka Bahari ya Shamu, Waisraeli waliingia nyika ya Shuri. Bila kupata maji yoyote ya kunywa, walifika mahali paitwapo 'Mara.' Mwishowe walipata maji, lakini hayo maji yalikuwa uchungu.

Punde tu wakaanza tena kulalamika dhidi ya Musa.

Walishuhudia Mapigo Kumi, na wakavuka Bahari ya Shamu juu ya nchi kavu kama siku tatu tu zilizopita, lakini mara moja na bila kusita walianza kumwaga malalamishi yao mara tu walipopata shida halisi.

Kwa kweli, ni lazima ilikuwa vigumu kwao wakati walipokosa maji yoyote ya kunywa kwa siku tatu katika joto kali la nyika. Lakini bado hawakuweza kuwa hata na imani ndogo zaidi ya kufikiri, "Mungu mwenyezi aliyegawanya Bahari ya Shamu tukiomba atatupatia maji."

Lakini Mungu mvumilivu alimwonyesha Musa mti na akamwambia autupe kwenye maji ili ayabadilishe maji yawe matamu. Hapa, sababu ya Mungu ya kumfanya Musa atupe mti ndani ya maji ni nini?

Inatuonyesha kwamba kwa kazi ya Mungu, anaweza kufanya maji yakawa matamu hata kwa kutumia mti. Yaani, inatuonyesha kwamba Mungu ni mwenyezi, kwamba anaweza kuumba vitu bila kutumia kitu chochote na kufanya yale yasiyowezekana yawezekane. Pia, ilikuwa ya kuwaruhusu Waisraeli waelewe kwamba hawakuwa na tofauti na matawi makavu kwa kuwa waliendelea kulalamika katika kila jambo gumu, hata ingawa walikuwa wameona kazi za kushangaza za Mungu.

Maji inarejelea maji ya uzima, ambalo ni neno la Mungu. Na mti mkavu ulipotupwa ndani ya maji, punde tu hayo maji yakageuka na kuwa matamu. Inamaanisha kwamba hata mtu anayetupwa nje kama mti mkavu anaweza kufanywa upya kama ataishi kwa kufuata neno la Mungu.

Kwa Mara Nyingine Walilalamika na Kulalamika

Kisa wakaondoka Elimu, na kundi lote la wana wa Israeli walifika nyika ya Sini, ambalo liko katikati ya Elimu na Sinai. Lakini wakawa na tatizo lingine. Chakula walichobeba kutoka Misri kilikuwa kimeisha.

Wakakumbuka nyakati walipokuwa na chakula cha kutosha kule Misri, na mara wakaanza kulalamika. Walikuwa tayari wamesahau kumbukumbu za utumwa mkali na mateso.

Waisraeli hawakuweza kuvumilia chochote. Walilalamika mara moja kila wakati walipokabiliwa na jambo gumu. Lakini Mungu bado hakuwafanya wajukumike kwa hilo. Badala yake, aliwalisha kwa mana na kware. Ilikuwa ni kwa sababu, walipomfuata Musa na hawakujitenga na halaiki ya Kutoka kule nyika, Mungu aliiona kuwa imani.

Kila jioni kware walikuja na kufunika kambi. Asubuhi, kulikuwa na sagu ya umande kuizunguka ile kambi. Ile safu ya umande ilipoyeyuka, juu ya ardhi kule nyika kulikuwa na kitu kama chembe nyororo, nyororo kama theluji nyembamba iliifunika ardhi. Ilikuwa 'mana' iliyoshuka kutoka mbinguni. Ilikuwa nyeupe, na tamu yake ilikuwa kama tamu ya maandazi membamba yaliyoandaliwa kwa asali.

Mungu aliwaambia wachukue kiasi walichohitaji peke yake (Kutoka 16:16) na wasibakishe chochote walichokusanya hadi asubuhi. Lakini wakati baadhi ya watu walipokosa kutii na kuacha sehemu yake hadi asubuhi ilijaa mabuu na harufu mbaya.

Wakiwa na mana na kware vitu ambavyo walipewa na Mungu, wangeenda nyumbani na chakula cha kutosha, hata katika nyika.

Muda ulipokuwa unapita, badala ya tumaini la Nchi ya Kanaani itiririkayo maziwa na asali, Waisraeli walizidi kuhisi kuudhika kwa sababu ya utasa wa maisha kule nyikani. Jambo la pekee ambalo waliweza kuona ilikuwa nyika na milima na mawe.

Waliondoka kutoka nyika ya Sini, kulingana na amri ya BWANA, na wakapiga kambi Refidimo, na hapakuwa na maji ya watu kunywa. Kwa hivyo watu waligombana na Musa na wakasema, "Tupemaji ili tupate kunywa."

Baadhi yao walimkasirikia Musa sana hata walikuwa karibu kumpiga mawe. Kufikia hapa, Musa aliweza kuhisi nini moyoni mwake?

Musa akamlilia Bwana, akisema, "Niwatendee nini watu hawa?" (Kutoka 17:4).

Musa aliweza tu kumwomba Mungu peke yake. Kisha BWANA akamwambia Musa, Pita mbele ya watu, ukawachukue baadhi ya wazee wa Israeli pamoja nawe; na ile fimbo yako ambayo uliupiga mto kwayo, uitwae mkononi mwako, ukaende" (kif. 5). Mungu alimwambia apige jiwe kule Horebu. Musa akiwa mbele ya wazee wa Israeli, alipofanya yale aliyoambiwa na Mungu, maji yalitoka katika hilo jiwe.

Hata baada ya hayo watu wa Israeli bado hawakuweza kuonyesha imani walipokabiliwa na matatizo mbalimbali. Sikitiko la huruma alilokuwa nalo Musa kila wakati haliwezi kuelezwa kwa maneno. Alilazimika kuomba kwa niaba ya watu waliokuwa hawana imani ya kuomba na kushusha neema ya Mungu kwa ajili yao. Wakati uleule, alilazimika kuwatuliza, kuwafundisha kweli, na kutia imani ndani yao.

Huku wakinung'unika na kulalamika kule Refidimo, majeshi ya Waamaleki liliwashambulia. Musa alimwambia Yoshua achague wanaume kwa ajili ya ustadi wao wa kivita na waende wakapigane na Waamaleki. Kisha yeye akasimama juu ya kilele cha kilima na ile fimbo ya Mungu mwake mkononi kuomba. Wakati huu mikono miwili ya Musa ilipokuwa imeinuliwa, Waisraeli walikuwa wanashinda, lakini mikono yake iliposhushwa majeshi ya Waamaleki yaliweza kushinda.

Baada ya muda mikono ya Musa ikachoka, Haruni na Huri wakachukua jiwe na kuliweka chini yake, na akalikalia; na wakaishika mikono yake, mmoja upande huu na mwingine upande huo mwingine. Kwa hivyo mikono yake ikawa imara mpaka jua likatua. Ilikuwa kwa njia hii ndipo waliweza kushinda hivyo vita.

Amri Kumi na Hukumu na Sheria

Sasa Yethro, kuhani wa Midiani, Baba Mkwe wa Musa, alimchukua mke wa Musa Zipora, na wanawe wawili na wakaenda kwa Musa. Musa alimwambia kwa utondoti kazi za kushangaza za Mungu zilizokuwa zimefanyika wakati wa Kutoka. Yethro akamsifu na kumwabudu Mungu na wakafurahi pamoja.

Siku iliyofuata, Yethro aliona jambo lisilokuwa la kawaida. Watu wengi walikuwa wamepanga mlolongo ili wamwone Musa na waulize mapenzi ya Mungu. Wakati mtu mmoja alipomaliza kuzungumza na Musa, mwingine alianza kumweleza hali zake. Mlolongo ulikuwa haupungui, na hata siku nzima ilikuwa haitoshi.

Hapo awali wakati Waisraeli walipokuwa wanaishi Misri, walikuwa chini ya utawala wa sheria za Misri. Lakini kuanzia wakati walipotoka Misri hakukuwa na sheria kwa ajili yao. Kwa hivyo, walimjia Musa ili awafanyie upatanisho katika mashitaka na maamuzi. Hebu fikiri ingekuwa namna gani kwani Musa alikuwa mtu mmoja peke yake na alikuwa anashughulikia zaidi ya watu milioni mbili!

Yethro akamshauri Musa achague kutoka katikati ya

watu wote watu wanaoweza waliokuwa wanaomcha Mungu, wanaume wa kweli, na wanaume waliokuwa wanachukia faida isiyokuwa ya haki. Alizidi kumshauri Musa kwamba alikuwa anapaswa kuwaweka wanaume hawa juu ya watu kama viongozi wa maelfu, mamia, mahamsini na makumi kwa ajili ya makosano madogo madogo, na kwamba Musa alipaswa kushughulikia makosano makubwa peke yake. Yethro alimwomba Musa afanye hivyo kama Mungu atamruhusu kufanya hivyo (Kutoka 18:23). Ingawa alikuwa mtu wa Mataifa, aliijua kanuni hii vizuri sana.

Musa aliona kwamba ni vyema na akachagua viongozi wa maelfu, mamia, mahamsini na makumi. Lakini bado alikuwa hana budi kuwapa sheria ambayo ingekuwa kigezo na sheria ya uamuzi. Kwa hivyo, Mungu akawaongoza kwenda Mlima Sinai na akawaacha wajitakase. Kisha akawapa Amri Kumi na Sheria kupitia kwa Musa.

Waisraeli walikuwa waoga na mwonekano wa Mungu BWANA kule Mlima Sinai. Kwa niaba yao Musa alimwita Musa aende Sinai. Huko Mungu mwenyewe aliandika hizo Amri Kumi juu ya vipande vya mawe na akawapa Sheria.

Mimi ni BWANA, Mungu wako, niliyekutoa
katika nchi ya Misri, katika nyumba ya utumwa. (kif.2)
Usiwe na miungu mingine ila mimi... (kif. 3)
Usijifanyie sanamu ya kuchonga... Usivisujudie
wala kuvitumikia...(kif. 4-5)
Usilitaje bure jina la BWANA Mungu wako...(kif.7)
Ikumbuke siku ya Sabato na uitakase...(kif.8)

Waheshimu baba yako na mama yako ...(kif.12)
Usiue ...(kif.13)
Usizini ...(kif.14)
Usiibe ...(kif.15)
Usimshuhudie jirani yako uongo ...(kif.16)
Usiitamani nyumba ya jirani yako ...(kif.17)
(Kutoka 10:2-17)

Zaidi ya hayo, Mungu aliwapa hukumu za utondoti na sheria kuhusu madhabahu, watumishi, mambo ya nguvu nguvu, kulipiza, maadili, hukumu ya haki, na maslahi.

Amri Kumi zinaweza kuchukuliwa kama zilizofanana na katiba ya nchi leo. Hukumu na sheria ni kanuni zinazosimamia kesi za madai, kesi za jinai na kesi za kijamaa. Hukumu na sheria zilikuwa maagizo na kanuni za utondoti za hizo Amri Kumi. Zilishughulikia matatizo ambayo yangeibuka katika maisha yao ya kila siku.

Zilikuwa maagizo yaliyotolewa kulingana na muundo wa kijamii wakati huo, yakiwa na hukumu ya haki ya Mungu na upendo wake. Kwa hivyo, Amri Kumi na maagizo hayakutolewa kuwawekea Waisraeli mzigo wa kuwalemea.

Hasa hizo Amri Kumi si sheria tu hivi hivi. Zilikuwa amri kamilifu inayopita kiwango cha maadili ya kibinafsi. Amri Kumi kwa nje, zinaweza kuonekana kama sheria na maagizo, lakini pia zina agano la wokovu.

Waisraeli waliokolewa na vifo vya wazaliwa wa kwanza kule Misri kwa kupaka damu, inayowakilisha damu ya Bwana Yesu, juu ya miimo na kizingiti cha mlango. Vivyo hivyo, wangeweza kupokea wokovu walipoishi katika neno la Mungu kwa kushika hizo Amri Kumi.

Zaidi ya hayo, Mungu hakutoa tu amri zake mwenyewe na kuwalazimisha wazitii. Kwanza aliwaacha Waisraeli waone kazi nyingi za uwezo ili waweze kuamini na watii kwa kupenda. Hizo Amri Kumi zilikuwa kigezo kikali ambacho kwa hicho, Waisraeli wangeweza kuwa wateule wa Mungu au la.

Vivyo hivyo hata leo, kushika amri za Mungu kutaathiri wokovu wetu na pia kutaamua kama tunaweza kupokea upendo na baraka za Mungu.

Amri Kumi ndio muunganisho wa vitabu vyote sitini na sita vya Biblia, yaani neno la Mungu. Tukielewa maana ya kiroho ndani ya hizo amri kumi na kuzishika, basi tutaweza kuelewa mapenzi ya Mungu na kuyafuata.

Hema la Mungu

Juu ya Mlima Sinai, Mungu pia alimwambia Musa kuhusu hema la Mungu kwa utondoti. Hema la Mungu lilikuwa mahali ambapo Mungu angekaa; kwa maana fulani ni kama kanisa leo.

Hema la Mungu kwa jumla lilikuwa mahali patakatifu. Hasa chumba cha Mahali Patakatifu Sana kilitengwa ndani ya hiyo hema ya Mungu. Ni kuhani mkuu peke yake angeweza kuingia Mahali Patakatifu sana mara moja kwa mwaka, kwa ajili ya ondoleo la dhambi na wenye dhambi hawangeweza kuingia humo.

Lakini Yesu alipokufa msalabani kwa ajili yetu, pazia iliyotenga Mahali Patakatifu Sana ilipasuka mara mbili. Maanake ni kwamba njia yetu ya kwenda mbele za Mungu ilifunguliwa (Waebrania 10:19-20). Kabla wakati huo watu wangeweza kwenda kwa Mungu kupitia kwa makuhani, lakini sasa tunaweza kuwasiliana na Mungu moja kwa moja.

Sababu iliyomfanya Mungu awaruhusu kujenga hiyo hema ya Mungu ni kwamba yeye alijua mioyo ya wanadamu vizuri sana. Kwa sababu alijua tamaa ya wanadamu ya kutaka kuona mambo yanayoweza kuonekana na kugusa vitu vinavyoshikika, Mungu aliwaruhusu wajenge hema ya kuonekana na kufanya utukufu wake uwe juu yake.

Zaidi ya hayo, ilikuwa kwa ajili ya msamaha wa dhambi. Ni kwa sababu, baada ya Amri Kumi na hukumu na sheria kutolewa, watu kufanya uhalifu ni jambo ambalo halingeweza kuzuilika.

Sheria ya Agano la Kale ni 'jicho kwa jicho, jino kwa jino, mkono kwa mkono, na mguu kwa mguu.' Kwa kuwa haukuwa wakati wa Roho Mtakatifu, hawakuweza kuvumbua dhambi na uovu ndani ya mioyo yao. Kwa hivyo, njia ya pekee ya kuzuia uhalifu ilikuwa adhabu kali. Kama tu chachu ndogo inavyoweza kuenea katika mkate upesi sana, ndivyo uhalifu mdogo unavyoweza kuenea na kukua upesi sana kama utaachwa bila kurekebishwa. Hiyo ndiyo sababu Mungu aliwapa adhabu kali sana.

Lakini tuseme mtu akiulemaza mkono wa mtu mwingine

kwa ajali, na iwe kwamba huyo mtu mwingine naye lazima aulemaze mkono wake kulingana na hiyo Sheria. Basi Waisraeli wengi wangekuwa walemavu kabla kuingia Nchi ya Kanaani.

Kwa hivyo, Mungu alifungua njia kwa ajili ya wale waliofanya dhambi waje pale hemani na sadaka zao, ili waweze kusamehewa dhambi zao. Kitabu cha Mambo ya Walawi kinaandika kuhusu njia tofauti tofauti za sadaka na njia za ondoleo la dhambi ambazo kupitia kwa hizo wenye dhambi wangeweza kusamehewa dhambi zao mbele ya Mungu.

Kama inavyosemwa,"Mtakuwa watakatifu, kwa kuwa mimi ni mtakatifu" (Mambo ya Walawi 11:45). Kitabu cha Mambo ya Walawi ni kitabu cha mwongozo wa upatanisha kati ya Mungu na wanadamu. Kinaweka msisitizo juu ya jinsi dhambi zinavyoweza kusamehewa, na jinsi watu wanavyoweza kuishi maisha matakatifu kama Mungu Mtakatifu. Pia, sadaka zilizofanywa kupitia kwa maamuzi ya makuhani zinaashiria kwamba tunaweza kumfikia Mungu kupitia kwaYesu Kristo peke yake.

Upendo wa Musa, Mutu wa Mungu

Musa alikuwa anafunga kwa siku arobaini juu ya Mlima Sinai huku akipokea zile Amri Kumi na utondoti kuhusu hema ya Mungu. Sinai ni mlima wa mawe ambapo ni vigumu hata kwa mti kukua na kuwa kivuli cha kuzuia jua linalochoma.

Musa alipokuwa akifunga na kuwasiliana na Mungu mahali hapo pa ukiwa, ambapo hangeweza kupata hata maji ya kunywa, jambo ambalo halikutarajiwa kabisa lilikuwa linaendelea katika kambi ya hao watu. Kwa kuwa hakukuwa na habari kutoka kwa Musa, aliyekuwa juu ya huo Mlima, watu walikosa subira na wakaomba jambo kutoka kwa Haruni.

Katufanyie miungu, itakayokwenda mbele yetu, kwa maana mtu huyo Musa, aliyetutoa katika nchi ya Misri, hatujui yaliyompata (Kutoka 32:23).

Haruni hakuweza kuvumilia matakwa ya watu tena na akatengeneza ndama wa dhahabu. Israeli ikafanya dhambi ya kifo ya kuabudu sanamu. Walikuwa wanatoa sadaka mbele za mfano wa ndama na wafurahia kula na kunywa. Walikuwa wamepokea neema nyingi sana kutoka kwa Mungu, lakini wakamwacha Mungu.

Kupokea mapenzi ya Mungu na kuwaongoza watu, Musa alikuwa anafunga bila hata kunywa maji kwa siku arobaini, lakini watu walikuwa wanaubudu sanamu, jambo ambalo ni chukizo kwa Mungu. Musa alihisi namna gani alipowaona wanafanya dhambi kama hiyo?

Musa alisikia uchungu mwingi sana moyoni kwa yale waliyokuwa wamefanya hata akatupa vile vipande vya mawe kutoka mikononi mwake na akavivunja hapo chini ya mlima. Akamchukua huyo ndama akamsaga mpaka akawa unga, na akawafanya wana wa Israeli wanywe. Mungu alikuwa amewakasirikia sana hata akasema alikuwa karibu kuwaangamiza. Mungu alimwambia Musa kwamba angeinua taifa lingine kupitia kwake.

Katika historia ya ulimwengu tunaweza kupata watu waliopanga njama za usaliti ili wamtoe mfalme na wachukue ufalme. Walifanya hivyo kwa matakwa na manufaa yao wenyewe. Wale wenye tamaa kama hiyo wangependa kuunda nchi kupitia wao wenyewe na kutoa hilo taifa wazao wao.

Na Mungu alikuwa anasema kwamba angefanya taifa kubwa kupitia kwa mtu mmoja. Mtu huyo alikuwa Musa. Lakini badala yake, Musa alitoa maisha yake mwenyewe awaokoe watu wa Israeli waliokuwa wanafanya uovu kama huo.

> Aa! Watu hawa wametenda dhambi kuu wamejifanyia miungu ya dhahabu. Walakini sasa, ikiwa utawasamehe dhambi yao – na kama sivyo, unifute, nakusihi, katika kitabu chako ulichoandika! (Kutoka 32:31-32)

Hapa, 'kitabu chako ulichoandika' ni Kitabu cha Uzima ambamo majina ya wale waliookolewa yamenakiliwa. Wale ambao majina yao hayakuandikwa katika kitabu hiki wataingia katika moto wa milele wa jehanamu.

Musa alijua kwa usahihi maana ya kufutwa kutoka katika Kitabu cha Uzima, na alijua kupita mtu mwingine yeyote kuhusu kuogofya kwa Jehanamu. Lakini alikuwa anamsihi Mungu kwa ajili ya watu akitoa roho yake mwenyewe. Kupitia kwa ombi lake la kukata tamaa, Mungu akawasamehe watu kwa mara nyingine tena.

Kutoka kwa kitabu cha Zaburi tunaweza kuelewa jinsi wana

wa Israeli walivyomvunja Musa moyo.

Walimwasi jangwani mara ngapi? Na kumhuzunisha nyikani! (Zaburi 78:40)

Jambo hilo hilo ndilo linalofanyika hata leo. Kuna watu walioponywa magonjwa ambayo yasiyoweza kuponywa na sayansi ya matibabu, au ambao wamepokea majibu ya matatizo mbalimbali ya maisha. Lakini baada ya muda, wanafikiri kwamba ilikuwa sadifa, na wanakuwa na tashwishi na wanamwacha Mungu. Hili ndilo linalomhuzunisha Mungu sana.

Agano Linawekwa Tena na Hema la Mungu Linakamilika

Kisa hicho kilipotatuliwa na huruma za Mungu, Musa akachonga vipande viwili vya mawe kama vile vya kwanza na akakwea Mlima Sinai tena. Akafunga siku nyingine arobaini na akapokea hizoAmri Kumi juu ya hivyo vipande vya mawe.

Kisha akawarudia watu, akaita makutano na kuwaambia watoe matoleo kwa ajili ya hema la BWANA Mungu kwa kupenda.

Katwaeni kati yenu matoleo kwa BWANA; mtu awaye yote aliye na moyo wa kupenda, ayalete matoleo; dhahabu na fedha na shaba (Kutoka 35:5).

Watu walienda mara moja kwenye mahema yao ili walete matoleo kwa Mungu. Wengine walileta vipuli vyao na pete za mihuri na mikufu, na vyombo vyote vya dhahabu. Wengine wakaleta ngozi za mbuzi na ngozi za kondoo waume na ngozi safi zisizokuwa na mawaa. Wanawake stadi wakafuma manyoya ya mbuzi kwa mikono yao, na wakaleta kile walichokuwa wamefuma.

Wakaja kila mtu ambaye moyo wake ulimhimiza, na kila mtu ambaye roho yake ilimfanya kuwa apenda, nao wakaleta sadaka za kumpa BWANA, kwa kazi ya hema ya kukutania, na kwa utumishi wake, na kwa hayo mavazi matakatifu (Kutoka 35:21).

Kila mmoja alitoa matoleo yake kwa moyo mkunjufu. Walileta vitu vingi zaidi ya vile vilivyohitajiwa kwa ajili ya kazi ya ujenzi. Musa alilazimika kuwaambia waache kuleta matoleo zaidi. Mungu siku zote hupendezwa na matoleo yanayotolewa kwa moyo wa kupenda na mkunjufu.

Watu wengine hukosoa makanisa yanayojenga majengo makubwa ya kanisa wakisema ni vyema zaidi kufanya kazi za kusaidia watu na pesa hizo. Lakini ni muhimu sana kujenga nyumba ya Mungu na nguvu ya washirika wote sio kwa nguvu ya watu wachache tu peke yao.

Hatimaye, wana wa Israeli walianza kujenga hema ya Mungu ambalo Mungu aliwaamuru wajenge. Kwanza, walijenga hilo hema la Mungu. Kisha wakatengeneza sanduku la ushuhuda (ambalo pia linaitwa sanduku la agano, meza ya mikate ya wonyesho, kinara cha mataa, madhabahu ya kufukizia uvumba, madhabahu ya sadaka za kuteketezwa, na mavazi ya makuhani.

Sasa wakamaliza ujenzi wa hema la Mungu na ukafika wakati wa kuiweka wakfu kwa Mungu. Musa akaweka sanduku la ushuhuda katika hema, akaweka meza ya mikate ya wonyesho, na akapanga vitu vyake juu yake, akawasha mataa juu ya hicho kinara cha mataa. Akawaosha Haruni na wanawe na maji na akawavika mavazi matakatifu.

Wakati huu, mawingu yalikuwa yamekaa juu ya hema na utukufu wa Mungu ukaijaza. Tangu wakati huo, wingu la Mungu lilikuwa juu ya hema ya Mungu wakati wa mchana, na moto ulikuwa ndani ya mawingu usiku. Makutano yote yaliweza kuhisi kwamba Mungu alikuwa pamoja nao. Kila wakati wingi lilipoinuliwa juu ya hema, wana wa Israeli wangeondoka; lakini kama wingu halikuinuliwa juu, basi hawakuondoka (Kutoka 40:36-38).

Kwa kweli, Mungu aliwaongoza na nguzo ya moto na ya wingu kuanzia Misri mpaka wakati huo. Lakini baada ya kuwekwa wakfu hema, wingu lilibaki juu ya hema, hivyo basi Waisraeli waliweza kuhisi uwepo wa Mungu kwa uwazi zaidi.

Jambo hilo hilo lilijengwa kwa ishara katika Hekalu lililojengwa na Sulemani. Kulikuwa na nguzo mbili zilizoitwa Jakini na Boazi, nazo ziliashiria nguzo ya moto na ya wingu ambazo kwa hizo Mungu aliwaongoza katika nyika.

Dhambi ya Kusimama Kinyume na Mtu wa Mungu

Hata ingawa walipokea amri ya Mungu na kujenga hema, haimaanishi kwamba Waisraeli walibadilika kabisa. Walipokabiliwa na mambo magumu, walilalamika kinyume na Musa, na walipokosa kukubali jambo, walimkosoa wakisema kwamba alikuwa mtu asiye haki.

Kwa mfano, wakati Musa alipooa mwanamke wa Mkushi ndugu yake Haruni na dadake Miriamu walimkosoa. Hesabu 12:2 inasema, "Je! Ni kweli BWANA amenena na Musa tu? Hakunena na sisi pia?" Walimaanisha kwamba walikuwa na mamlaka ya kumkemea Musa kwa kosa alilofanya kwa sababu wao pia walikuwa manabii wa Mungu.

Kama Miriamu na Haruni walivyosema, kama ilikuwa kweli kwamba Musa alienda kinyume na neno la Mungu na walikuwa wenye haki kuliko Musa, Mungu angekuwa amewachagua wao, badala ya Musa.

Lakini Mungu alimchagua Musa. Zaidi ya hayo, Mungu hakumsamehe Miriamu na Haruni kwa kumkosoa Musa, kwa kuwa alikuwa mwaminifu katika nyumba ya Mungu yote na alikuwa mtu aliyeupendeza moyo wa Mungu.

[BWANA] akasema, "Sikizeni basi maneno yangu; Akiwapo nabii kati yenu, Mimi, BWANA, nitajifunua kwake katika maono, nitasema naye katika ndoto. Sivyo ilivyo kwa mtumishi wangu, Musa; Yeye ni mwaminifu katika nyumba yangu yote; kwake nitanena mdomo kwa mdomo, maana, waziwazi wala si kwa mafumbo; na umbo la BWANA yeye ataliona. Mbona basi ninyi hamkuogopa Kumnenea mtumishi wangu, huyo Musa?" (Hesabu 12:6-8)

Mungu akamwaga ghadhabu yake juu ya Miriamu na Haruni waliomkosoa Musa, na Miriamu akashikwa na ukoma. Musa akamwomba Mungu amponye, lakini Mungu alimponya tu baada ya kukaa nje ya kambi kwa siku saba. Vivyo hivyo, kumkosoa mtu wa Mungu si dhambi ndogo.

Lakini leo, kuna watu wengi ambao katika maoni yao kibinafsi huhukumu na kukosoa makanisa au wale wafuatao mapenzi ya Mungu. Kwa mfano, kanisa likiwa kubwa, likiupanua ufalme wa Mungu, watu wengine wanasema ni "biashara." Pia wanasema maneno ya kashifa kuhusu wale wanaofanya kazi za uwezo wa Mungu na kuhubiri injili.

Pia, hata kuna watu wengine wanaozusha uvumi wa uongo ili walikosoe kanisa. Hili linaweza kuwa dhambi ya mauti kirahisi, kwa kuwa linauzuia ufalme wa Mungu.

Walipokuwa wakienda kuelekea Nchi ya Kanaani, Waisraeli waliona ishara nyingi na maajabu, lakini waliendelea kumpinga na kulalamika dhidi ya Mungu na Musa, mtu wa Mungu. Hata hivyo, Mungu aliwavumilia; aliwaonyesha tu kazi nyingi za uwezo ili imani yao iweze kukua. Alifanya kazi kupitia kwa imani ya mtu mmoja, Musa.

Pia, kila wakati alipofanya kazi kubwa, alisema, "Utajua kwamba Mimi ni BWANA, Mungu Wako" (Kutoka 16:12). Mungu kwa ari alitaka kwamba wakue katika imani kupitia kuona uwezo wa Mungu. Mungu aliwaongoza kujua na kumwamini Mungu kwa kuona kazi za mwenyezi Mungu na kutii kwa mioyo yao.

Hapa, kumjua Mungu si kumjua tu katika ujuzi. 1 Yohana 2:4 inasema, "Yeye asemaye, 'Nimemjua,' wala hazishiki amri zake, ni mwongo, wala kweli haimo ndani yake." Kumjua Mungu ni kuacha dhambi zote na uovu na kufanana na Mungu ambaye ndiye nuru.

Kwa hivyo, wakati ule wa kuwa nyikani ulikuwa wa lazima sana kwa wana wa Israeli. Walishuhudia kazi nyingi sana za uwezo wa Mungu kupitia kwa kiongozi wao Musa na wakaongozwa na Mungu. Hatimaye walifika Kadesh-barnea. Mbele ya macho yao ilikuwa Nchi ya Kanaani, nchi ambayo walikuwa wametamani sana kuingia.

Sura ya 4

"Ikiwa BWANA Anatufurahia"

- Ungamo la Yoshua na Kalebu -

Hesabu 14: 6-9

Na Yoshua mwana wa Nuni, na Kalebu mwana wa Yefune, waliokuwa miongoni mwao walioipeleleza nchi, wakararua nguo zao; wakanena na mkutano wote wa wana wa Israeli wakasema, "Nchi ile tuliyopita kati yake ili kuipeleleza, ni nchi njema mno ya ajabu. Ikiwa BWANA anatufurahia, atatuingiza katika nchi hii atupe iwe yetu, nayo ni nchi yenye wingi wa maziwa na asali. Lakini msimwasi BWANA, wala msiwaogope wale wenyeji wa nchi, maana wao ni chakula kwetu. Uvuli uliokuwa juu yao umeondolewa, naye BWANA yu pamoja nasi; msiwaogope."

Waisraeli walifika lango la Nchi ya Ahadi ya Kanaani mwaka mmoja baada ya Kutoka Misri. Kawaida, kutoka Misri hadi Kanaani, ingekuwa imewachukua siku kadhaa tu peke yake kama wangekuwa wameshika njia ya mkato. Hata wakiwa watu wengi, ingekuwa imewachukua miezi michache tu peke yake.

Lakini Mungu aliwaongoza na njia iliyokuwa salama zaidi, ya kuingia nyikani, ingawa iliwabidi wazunguke. Lengo lilikuwa kujiepusha na vita na watu walioitwa Wafilisti.

Hebu fikiria zaidi ya watu milioni mbili, pamoja na mifugo yao wakitaka kupitia ardhi ya nchi nyingine. Ni nchi gani ingekaa na kutazama tu? Hata ingawa Waisraeli hawakuwa na nia ya kuwashambulia, wangewatatiza na kuwasumbua Wafilisti, hivi kwamba vita lingekuwa jambo la kuweza kutarajiwa.

Katika mwendo wao kupitia nyikani, wakati mwingine walikaa mahali pamoja kwa siku kadhaa au hata kwa miezi. Kama isemwavyo katika Hesabu 9:22, "Ikiwa lile wingu lilikawia, likikaa juu ya maskani siku mbili, au mwezi, au mwaka, wana wa Israeli walikaa katika kambi yao, wasisafiri; bali lilipoinuliwa walisafiri," hawakusafiri bila wingu kuwaongoza.

Kila wakati walipokabiliwa na hali ngumu, ya kuwapa nafasi ya kuongeza imani, Mungu aliwaacha waone uwezo wake kupitia kwa Musa. Ilikuwa kwa sababu imani ya kusanyiko lote la Israeli ilikuwa ya lazima kwao ili waingie katika nchi ya Kanaani. Walitoka Misri kupitia imani katika kazi ya Mungu kwa mtu mmoja, Musa. Lakini ili washinde vita dhidi ya watu wa Kanaani na kuichukua nchi, imani ya Israeli kwa jumla ilikuwa ni lazima iongezeke.

Wapelelezi Kumi na Wawili Kule Kadesh-Barnea

Hatimaye, Waisraeli walifika Kadesh-Barnea, chini kidogo tu ya Nchi ya Kanaani. Mungu akamwambia Musa achague kiongozi mmoja mmoja kutoka katika hizo kabila kumi na mbili waende wakaipeleleze nchi kwa siku arobaini.

Kwa sababu kulikuwa na watu wengine walioishi kule, walilazimika kupata taarifa fulani kuhusu hao watu na hiyo nchi kabla hawajapigana nao. Huu ndio uliokuwa mwanzo wa mtihani wa kuingia katika Nchi ya Kanaani.

Ili tuweze kupokea baraka za Mungu, ni lazima kwanza tutayarishe kile chombo cha kuzipokea. Kwa kweli, tunapokea baraka kwa neema ya Mungu. Lakini, imani yetu inapoendelea kukua ni lazima kwanza tuwe na sifa za kupokea hizo baraka.

Kwa mfano, baba wa imani, Ibrahimu, alikuwa mtu mwenye haki katika moyo wa Mungu kupitia majaribu. Lakini Mungu hakumbariki tu. Ni wakati alipothibitisha imani yake pekee, kwa kupita mtihani wa kumtoa mwanawe wa pekee, Isaka, ndipo Mungu akampa baraka ya kuwa 'chanzo cha baraka.'

Viongozi kumi na wawili kutoka kila kabila walipaswa kuonyesha imani yao baada ya kuipeleleza Nchi ya Kanaani. Kabla tu kuingia hiyo nchi, watu wa Israeli lazima walikuwa na matarajio makubwa kutoka kwa hawa wanaume. Yumkini walitumaini kwamba hawa wanaume wangekuwa macho yao, masikio yao, na mioyo yao katika kuiona hiyo nchi.

Musa pia aliwapatia ushauri wa kufuata katika kuipeleleza hiyo nchi kabla wao kuondoka.

Pandeni sasa katika Negebu, mkapande milimani. Mkaitazame nchi ni ya namna gani; na watu wanaokaa ndani yake, kwamba ni hodari au dhaifu, kwamba ni wachache au wengi. Na nchi wanayoikaa kwamba ni njema au mbaya? Kwamba wanakaa katika matuo au katika ngome? Nayo nchi ni ya namna gani, kwamba ni nchi ya unono au ya njaa? Kwamba ina msitu au sivyo? Iweni na moyo mkuu, mkayalete matunda ya nchi (Hesabu 13: 17-20).

Wakaipeleleza Nchi ya Kanaani kwa siku arobaini, na kwa hakika kama Mungu alivyosema, ilikuwa nchi itiririkayo maziwa na asali. Mchanga ulikuwa mzuri na matunda na mazao yalikuwa mengi sana.

Walipofika bonde la Eshkoli, lililoko sehemu ya kusini magharibi kwa Yerusalemu, wakaona zabibu nzuri sana. Kama Musa alivyowaambia walete matunda, wakakata kishada kimoja cha zabibu. Kilikuwa kikubwa sana hivi kwamba iliwabidi wakibebe kwa mti kati ya wanaume wawili. Pia walibeba makomamanga na tini.

Lakini tatizo lilikuwa watu wa huko. Kulikuwa na watu wengi tofauti katika Nchi ya Kanaani. Walikuwa wakubwa sana na wenye nguvu nyingi sana. Walikuwa wana wa Anaki, sehemu ya Wanefili.

Wanefili katika lugha ya Kiebrania maanake ni 'jitu kubwa.' Walikuwa wakubwa sana hivi kwamba hao wapelelezi walijiona kuwa kama nzige wakilinganishwa na wao. Goliathi wa Wafilisti alikuwa na urefu wa mikono sita na shibiri moja, ambayo ilikuwa karibu mita tatu. Kwa hivyo sasa tuna fununu ya jinsi Wakanaani walivyokuwa wakubwa.

Kwa kuwa walikuwa wakubwa, miji yao ilikuwa mikubwa, na ngome zao pia zilikuwa kubwa (Kumbukumbu la Torati 1:28). Wapelelezi kumi kati ya wale wapelelezi kumi na wawili walivunjika moyo waliopoona uhalisi wa hiyo hali.

Maungamo Tofauti ya Wapelelezi Kumi na Wawili

Waisraeli walisikia ripoti kutoka kwa wale viongozi waliorudi kutoka katika upelelezi wa hiyo nchi, na wakachanganyikiwa. Wakati ule, mmoja kati ya wale wapelelezi kumi na wawili, yaani Kalebu mwana wa Yefune, alijaribu kuwatuliza watu na akasema kwa ujasiri, "Natupande mara, tukaitamalaki. Maana twaweza kushinda bila shaka!" Lakini aliyosikia kutoka kwa wale wapepelezi wengine walioipeleleza nchi ni kukosolewa vikali.

"Hatuwezi kupanda tupigane na watu hawa; kwa maana wana nguvu kuliko sisi." Wakawaletea wana wa Israeli habari mbaya ya ile nchi waliyoipeleleza, wakasema, "Ile nchi tuliyopita kati yake ili kuipeleleza, ni nchi inayowala watu wanaoikaa; na watu wote tuliowaona ndani yake ni watu warefu mno. Kisha, huko tuliwaona Wanefili, wana wa Anaki, waliotoka kwa hao Wanefili; tukajiona nafsi zetu kuwa kama mapanzi; nao ndivyo walivyotuona sisi" (Hesabu 13:31-33).

Waisraeli wakaamini ripoti mbaya na za kuvunja moyo kutoka kwa wale wapelelezi wengine kumi badala ya maneno ya Kalebu.

"Tulitoka Misri mpaka tukafika hapa, na kama hatuwezi kuingia Nchi ya Kanaani, tutafanya nini katika jangwa hili ambamo ni vigumu hata kuona mti mmoja?"

Kwa kukata tamaa sana, wakaanza kumnung'unikia Musa na Haruni, na Mungu.

Kisha wana wa Israeli wote wakamnung'unikia Musa na Haruni; mkutano wote wakawaambia, Ingekuwa heri kama tungalikufa katika nchi ya Misri! Au, ingekuwa heri kama tungalikufa katika jangwa hili! Mbona BWANA anatuleta mpaka nchi hii ili tuanguke kwa upanga? Wake zetu na watoto wetu watakuwa mateka; je! Si afadhali turudi Misri?" (Hesabu 14:2-3)

Waisraeli walilia na kuomboleza usiku wote na hatimaye wakaunda mpango wa kumchagua kiongozi mwingine na warudi Misri. Hata hivyo, kulikuwa na watu wawili ambao mioyo yao ilikuwa inaungua juu ya hii hali ya fadhaa.

Kati ya wale wapelelezi kumi na wawili, ni Yoshua na Kalebu peke yao waliokuwa na mioyo ya kuugua kwa kuona watu waliokuwa hawana imani, na wakaanza kuwasihi huku wakirarua nguo zao.

Nchi ile tuliyopita kati yake ili kuipeleleza, ni nchi njema mno ya ajabu. Ikiwa BWANA anatufurahia, atatuingiza katika nchi hii atupe iwe yetu, nayo ni nchi yenye wingi wa maziwa na asali. Lakini msimwasi BWANA, wala msiwaogope wale wenyeji wa nchi, maana wao ni chakula kwetu. Uvuli uliokuwa juu yao umeondolewa, naye BWANA yu pamoja nasi; msiwaogope. (Hesabu 14:7-9).

Lakini hata maungamo yao ya kweli na ya imani hayakufaa kitu dhidi ya watu waliokuwa tayari wamevunjika mioyo.

Hawa watu walikuwa tayari kuwapiga mawe hawa wanaume wawili. Hawangeweza kushughulikia uhalisi wa hali ngumu kama hiyo.

Lakini watu wa imani hawaangalii uhalisi wa mambo. Wanafahamu tu mapenzi ya Mungu ni nini na kujua kwamba wanaweza kufanya lolote Mungu akiwa pamoja nao. Kisha wanatenda kulingana na maungamo yao na kutoa matendo ya imani.

Zaburi 37:4 inasema, "Nawe utajifurahisha kwa Bwana; naye atakupa haja za moyo wako." Waebrania 11:6 inasema, "Lakini pasipo imani haiwezekani kumpendeza; kwa maana mtu amwendeaye Mungu lazima aamini kwamba yeye yuko, na kwamba huwapa thawabu wale wamtafutao."

Tukimpendeza Mungu na maungamo na matendo ya imani, yasiyowezekana huwa yanayowezekana kwa uwezo wa Mungu. Lakini hata baada ya kuona kazi nyingi za Mungu, isipokuwa Yoshua na Kalebu, Waisraeli walishindwa kumpendeza Mungu katika mtihani wa imani.

Waisraeli Walimkataa Mungu

Mungu alikuwa amekasirika na Waisraeli waliokuwa wanaendelea kulalamika. Mungu akasema kwamba angewaangamiza na tauni.

BWANA akamwuliza Musa, "Je! Watu hawa watanidharau hata lini? Wasiniamini hata lini? Nijapokuwa nimefanya ishara hizo zote kati yao? Nitawapiga kwa tauni, na kuwaondolea urithi wao, nami nitakufanya wewe kuwa taifa kubwa, kisha yenye nguvu kuliko wao" (Hesabu 14:11-12).

Nakusihi, usamehe uovu wa watu hawa, kama ukuu wa rehema yako ulivyo, kama ulivyowasamehe watu hawa, tangu huko Misri hata hivi sasa (Hesabu 14:19).

Tumaini la Nchi ya Kanaani lilikuwa limeenda kama kiputo. Maisha yao yangeweza kuokolewa na uombezi wa Musa peke yake, na hakuna mtu hata mmoja katika kizazi cha kwanza cha Kutoka, aliyeweza kuingia Nchi ya Kanaani, isipokuwa Yoshua na Kalebu, waliofanya maungamo mema ya imani.

Kwani waliungama na kusema, "Ingekuwa heri kama tungalikufa katika nchi ya Misri! Au, ingekuwa heri kama tungalikufa katika jangwa hili!" Walikufa jangwani. Basi, ahadi ya Mungu kuhusu Nchi ya Kanaani ikapewa watoto wao waliokuwa chini ya miaka ishirini, lakini bado walilazimika kuzungukazunguka jangwani kwa miaka arobaini kwa sababu ya dhambi ya wazazi wao.

Zile siku arobaini za upelelezi wa nchi na wale wapelelezi ndizo zilizogeuka kuwa miaka arobaini, na wapelelezi kumi walioleta ripoti mbaya sana ya hiyo nchi na kuufanya mkutano wote unung'unike walikufa katika tauni mbele ya BWANA (Hesabu 14:36-38).

Kwa hivyo, ni lazima tuelewe jinsi maungamo ya midomo yetu yalivyo muhimu, na mtu asiseme chochote ovyo ovyo. Ni lazima tuwe waaminifu na wazi katika maneno yetu, na ni muhimu kufanya maungamo mema ya imani na tusiseme maneno mabaya.

Mungu aliwaweka huru wana wa Israeli kutoka Misri kupitia Mapigo Kumi. Aliwafanya wavuke Bahali ya Shamu kama ambayo ilikuwa nchi kavu. Akageuza maji ya uchungu yakawa maji matamu; akawapa mana na kware; na akawapa maji kutoka kwenye jiwe. Aliwaongoza na nguzo ya wingu mchana na kwa moto wakati wa usiku mpaka wakasimama mbele ya Nchi ya Kanaani. Bado, ukaidi wao na kutokuwa na imani hakukuwa na tofauti yoyote na wakati ule walipokuwa Misri.

Mwanzo wa Maisha Jangwani.

Waisraeli walianza kujuta na wakaomboleza baada ya kusikia neno la Mungu kupitia kwa Musa na kuwaona wale wapelelezi kumi wakifa kwa tauni.

Wakainuka na mapema asubuhi, wakakwea juu ya mlima hata kileleni, wakisema, Tazameni, sisi tupo hapa, nasi tutakwea kwenda mahali BWANA alipotuahidi; kwani tumefanya dhambi" (Hesabu 14:40).

Sasa wanasema watashambulia Nchi ya Kanaani, lakini

walikuwa wamechelewa sana. Musa alijua vizuri sana kwamba Mungu hakuwa pamoja nao kwa kuwa walifanya dhambi, na alijaribu kuwakataza.

Msikwee, kwa kuwa BWANA hamo kati yenu; msipigwe na kuangushwa mbele ya adui zenu. Kwa kuwa Mwamaleki na Mkanaani wako mbele yenu, nanyi mtaanguka kwa upanga, kwa sababu mmerudi nyuma msimwandame BWANA. Kwa hiyo BWANA hatakuwa pamoja nanyi (Hesabu 14:42-43)

Hata baada ya ushauri wa Musa, watu wengine bado walienda na kushambulia nchi ya vilima. Matokeo yake yalikuwa kushindwa vibaya. Kuingia Nchi ya Kanaani namna hiyo hakukuwa utiifu wala imani.

Mfano kama huo ungekuwa mwanafunzi aliyeanguka mtihani wa kuingilia chuo kisha baadaye ayajue majibu ya huo mtihani aliofanya. Lakini haimaanishi kwamba anaweza kukubaliwa katika hicho chuo. Jambo kama hili halipaswi kufanyika. Ni lazima asome mwaka mmoja mwingine, afanye mtihani tena na ajithibitishe.

Vivyo hivyo, baadhi ya Waisraeli walipokwea nchi ya vilima, haimaanishi kwamba sasa walikuwa na imani; walikuwa wanajifanya tu kuwa wana imani. Badala ya kwenda Nchi ya Kanaani namna hiyo, walikuwa lazima watubu uovu wao barabara na waamue kuwa na imani ya kiroho.

Kama wangekuwa wametubu kweli kutoka vilindi vya mioyo yao, hali ingekuwa imekuwa tofauti. Lakini hatua hii yao haikuchukuliwa na mtazamo wa toba. Walitaka tu kujiepusha na adhabu na kujaribu kuficha makosa yao. Na kwa mara nyingine tena kulileta kutotii. Kwa sababu ya hivi, walilazimika kukabiliwa na uchungu wa kushindwa kabisa, na hatimaye, wakaanza maisha ya miaka arobaini ya kuzungukazunguka jangwani.

Je, unaona Waisraeli walifanya upumbavu? Ukweli ni kwamba watu wengi leo hawana tofauti kubwa na Waisraeli wa wakati huo.

Tulipokuwa tunaenda katika njia ya mauti, Mungu alimtuma Mwanawe mmoja na wa pekee kwetu. Alitukomboa kutoka dhambini na kutuongoza kwenye njia ya wokovu. Lakini hata waamini husahau neema hiyo na kulalamika dhidi ya Mungu wanapokabiliwa na mambo magumu.

Kizazi cha kwanza cha Kutoka hakikutubu na kugeuka hata baada ya kupokea adhabu ya kuzungukazunguka jangwani. Hawakuacha uovu kutoka mioyoni mwao na hawakuwa na imani. Moyo huu mwovu wa Israeli uliwaelekeza kwa kisa kingine kikubwa kilichosababisha janga kubwa lije juu ya Mkutano wote wa Israeli; kilikuwa uasi wa Kora.

Uasi wa Kora

Waisraeli waliingia jangwani kwa neno la Mungu.

Walichukia sana maisha yao kule jangwani hivi kwamba mmoja wa Walawi aliyeitwa Kora akawajaribu watu wampinge Musa.

Kora alikuwa binamu ya Musa. Alifikiri kwamba kivyovyote Musa hakuwa na ubora wowote kuliko yeye. Hakupenda ukweli kwamba Musa na Haruni walikuwa na mamlaka ya kuhani. Akawajaribu viongozi wenye ushawishi mkubwa 250 waungane naye na akampinga Musa pamoja nao.

Nao wakakusanyika kinyume cha Musa na Haruni, na kuwaambia, Ninyi inawatosha, kwa kuwa mkutano wote ni mtakatifu, kila mmoja miongoni mwao, BWANA naye yu kati yao; n'nini basi kujitukuza juu ya mkutano wa BWANA?" (Hesabu 16:3)

Kwa kweli alikuwa anauliza Musa na Haruni walifikiri ni akina nani na jinsi walivyochaguliwa kama viongozi. Hasa, Dathani na Abiramu walisema upuuzi kabisa wakisema kitu kama, "je! Ni jambo dogo, wewe kutuleta kutoka nchi itiririkayo maziwa na asali ili kutuua jangwani,lakini sasa wajikuza mwenyewe uwe mkuu juu yetu kabisa!"

Musa alipoanguka kifudifudi mbele za Mungu, Mungu alimwambia yeye na Haruni wajitenge na mkutano, ili aweze kuwaangamiza mara moja (Hesabu 16:21). Lakini Musa akaomba msamaha akasema, "Ee Mungu, Mungu wa roho za wote wenye mwili, je, mtu mmoja atafanya dhambi, nawe utaukasirikia mkutano wote?" (kif. 22) Mungu alimjibu.

Musa alipomaliza kuzungumza kuhusu kifo cha Kora, Dathani, na Abiramu, ardhi iliyokuwa chini yao na jamaa zao ilipasuka wazi. Kora na jamaa yake na wanaume wake wote pamoja na vitu vyao vyote waliingia ardhini. Kisha ardhi ikajifunga juu yao.

Pia moto ulitoka kwa BWANA na ukawachoma wale watu mia mbili na hamsini waliokuwa wanafukiza uvumba. Kufikia sasa lazima hawa watu wawe walitambua mapenzi ya Mungu yalikuwa ni nini. Lakini badala yake walimlalamikia Musa na Haruni wakisema kwamba walisababisha vifo vya watu wa BWANA.

Walipokabiliwa na adhabu ya kuzungukazunguka jangwani, kama walijuta kweli kwa uovu wao na wakatubu, hawangekuwa wamemuunga mkono Kora. Hawangekuwa wamesimama pamoja na mtu aliyempinga mtu wa Mungu, Musa.

Lakini kwa kuwa walikuwa hawajatoa uovu kutoka mioyoni mwao na wakampinga Mungu, tauni ilianza na watu 14,700 wakafa.

Kuchipua kwa Fimbo ya Haruni na Nyoka wa Shaba

Mungu mvumilifu kwa mara nyingine tena alipanga jambo la kuwafanya watu waelewe.

Mungu alimwambia Musa achukue fimbo kutoka kwa kiongozi wa kila kabila, jumla ya fimbo kumi na mbili. Mungu alimwambia aandike jina la kila kiongozi juu ya fimbo yake, kisha akaagiza fimbo ziwekwe katika hema la ushuhuda. Mungu alitaka kuwaonyesha ushahidi kwa kuifanya ya yule anakayeteuliwa ichipue usiku.

Fimbo ni mti uliokufa uliokatwa, basi unawezaje kuchipua? Lakini kwa kazi ya Mungu, fimbo moja kati ya hizo fimbo zilizokauka ilichipua usiku. Si hivyo tu, ilikuwa imetoa maua, na kuzaa malozi mabivu.

Fimbo hiyo kwa kweli ilikuwa ya Haruni, msemaji na nabii wa Musa. Mungu aliwaonyesha watu moja kwa moja kwamba alikuwa pamoja na Musa na Haruni. Aliwaonyesha ushahidi kama huo ili awafanye wawe na imani.

Lakini hata hiyo ishara haikuwa na maana yoyote kwao. Hata baada ya kuona hivi, walipokuwa hawana maji ya kunywa au walipochoka kula mana kila siku, walilalamika kama walivyofanya awali.

Watu wakashindana na Musa, wakanena, wakisema, "Ingalikuwa heri kama tungalikufa wakati ule ndugu zetu walipokufa mbele za BWANA! Mbona mmewaleta kusanyiko la BWANA hata jangwa hili ili tufe huku, sisi na wanyama wetu? Na mbona mmetupandisha kutoka Misri ili kutuleta hata mahali hapa pabaya? Si mahali pa mbegu, wala tini, wala mizabibu, wala makomamanga; wala hapana maji ya kunywa"

(Hesabu 20:3-5).

Hata mana waliyopewa na Mungu waliita 'mkate usiokuwa na maana,' hivyo basi kudharau neema ya Mungu (Hesabu 21:5). Kwa hivyo adhabu ya Mungu ikatupwa juu yao; nyoka wa moto wa sumu waliwatokea na wakauma watu wengi na kuwaua. Hapo peke yake ndipo watu walitubu. Musa alipowaombea hao watu, Mungu alimpa njia ya kujiepusha na hilo janga. Mungu alimwagiza atengeneze nyoka wa shaba na amweke kwenye mti. Wale walioumwa na nyoka wa moto na kumtazama waliweza kuokoa maisha yao. Mungu alichukulia utiifu wao kwa neno la Musa kuwa imani na akawaponya.

Si ati kwamba nyoka wa moto walijitokeza ghafula na hawakuwako awali kule jangwani. Kule jangwani, hakukuwa na nyoka tu peke yake, bali pia nge na wadudu waliokuwa na sumu. Lakini kwa sababu Mungu aliwalinda kabisa, vitu hivyo havikuweza kuwagusa watu. Lakini walipolalamika na kufanya dhambi, Mungu hakuweza kuwalinda tena na waliumizwa.

Kawaida, walipokabiliwa na mambo magumu kama ajali, magonjwa, au aina yoyote ya tatizo, watu walilalamika kuhusu hatima yao na kuichukulia kama sadifa. Lakini tunapokuwa na tatizo, siku zote kuna sababu ya kiroho kwa hilo. kama tu Waisraeli walilazimika kupata sababu na suluhisho kutoka kwa Mungu kuhusu tatizo la nyoka wa moto. Na kama tu wana wa Israeli walivyotubu dhambi zao na wakaja mbele ya

Musa, sisi nasi lazima tutubu dhambi zetu na tuende mbele za Mungu. Tunapotubu ili tuvunje ukuta wa dhambi na kuishi kwa kufuata neno la Mungu, tatizo la aina yoyote linaweza kutatuliwa.

Hapa, kumwangalia nyoka wa shaba juu ya mti ni kiashirio cha Yesu Kristo, ambaye angetuokoa kutoka kwa laana ya Sheria, kama ilivyosemwa katika Yohana 3:14-15, "Na kama vile Musa alivyomwinua yule nyoka jangwani, vivyo hivyo Mwana wa Adamu hana budi kuinuliwa; ili kila mtu aaminiye awe na uzima wa milele katika yeye."

Wale waliotii neno la Mungu na kumtazama nyoka wa shaba waliokolewa. Vivyo hivyo, wakati zile roho zilizokuwa zinaenda katika njia ya mauti zinapomtazama Yesu msalabani na kumkubali Yeye kama Mwokozi, zitapokea wokovu. Hivyo ndivyo nyoka wa shaba alivyokuwa anawakilisha.

Kushinda Mashariki ya Mto Yordani na Baalamu

Haruni alikuwa msemaji na ndugu mkubwa wa Musa. Alikuwa amepitia utaratibu wote wa Kutoka na muda ulipokuwa unaenda, Haruni alikufa kule Mlima Hori.

Kipindi cha miaka arobaini kilikuwa karibu kuisha. Mashaka waliyopitia watu kule jangwani yalikuwa karibu kuisha kwani walikuwa wataingia katika Nchi ya Ahadi.

Kwa ajili ya hili, Waisraeli wapigana vita na Sihoni, mfalme wa Waamori na Ogi, mfalme wa Bashani. Walitaka kupitia nchi zao, lakini wao hawakuwaruhusu na vita vikaanza. Lakini Mungu alikuwa pamoja na Waisraeli, na waliweza kirahisi kushika maeneo ya mashariki ya Yordani.

Kisha Waisraeli wakaenda kusini na wakapiga kambi katika nyanda za Moabu upande wa mashariki wa Yordani.

Waisraeli waliposhinda nchi za Waamori na Wabashani, na kupiga kambi katika uwanda wa Moabu, Balaki mfalme wa Moabu, alihisi kuwa hatarini. Akiwa na uchungu mwingi, alimtuma mtumishi wake kwa Balaamu aliyekuwa akiishi kule Pethori, awalaani Waisraeli.

Balaamu alikuwa mtu wa Mataifa lakini alijua jinsi ya kuwasiliana na Mungu. Alipoomba akiuliza mapenzi ya Mungu yalikuwa yapi, Balaamu alipomwuliza Mungu mapenzi yake yalikuwa yapi, Mungu alimjibu akasema, "Usiende pamoja nao; wala usiwalaani watu hawa, [wana wa Israeli] maana wamebarikiwa" (Hesabu 22:12).

Kwa hivyo akakataa ombi la Balaki, mfalme wa Moabu. Lakini Balaki alitayarisha dhahabu zaidi na vito na akamtumia Balaamu kupitia kwa viongozi waheshimiwa zaidi kuliko wale aliowatuma awali. Moyo wa Balaamu wakati huu ulitikiswa na akauliza mapenzi ya Mungu tena.

Kwa hivyo, Mungu akamwacha aende kwa mfalme wa Moabu. Hiki hakikuwa kisa cha Mungu kugeuza nia yake. Ni kwa sababu Mungu alijua moyo wa kubadilika wa Balaamu na tamaa zake, na Mungu akamwacha Balaamu tu afanye alivyotaka moyoni mwake. Mungu alifungua hata kinywa cha punda na akamfanya aseme na Balaamu ili amfanye aelewe kwamba yale aliyokuwa anafanya hayakuwa haki. Lakini hakurudi.

Kwa kweli, Balaamu hangeweza kuwalaani watu wa Israeli hata baada ya kwenda kwa Balaki. Balaki alimhudumia Balaamu vizuri sana na akamwomba awalaani Waisraeli kutoka mahali pa juu pa Baali. Lakini badala yake Balaamu akawabariki Waisraeli kwa kusema maneno aliyopewa.

Balaki akamwomba Balaamu awalaani mara tatu akibadilisha mahali, lakini Balaamu aliibariki Israeli tu peke yake.

Mahema yako ni mazuri namna gani, Ee Yakobo, Maskani zako, Ee Israeli! Mfano wa bonde zimetandwa, mfano wa bustani kando ya mto, mfano wa mishubiri aliyoipanda BWANA, Mfano wa mierezi kando ya maji (Hesabu 24:5-6).

Balaamu hangeweza kusema tu kinyume na mapenzi ya Mungu kuwalaani Waisraeli. Lakini bado alitaka zile zawadi na vitu vya ghali kwa hivyo alikuwa na dhana. Alitaka Waisraeli wafanye dhambi ili Mungu augeuze uso wake kutoka kwao.

Kwa hivyo, wakati Wamoabu walikuwa wanatoa sadaka kwa miungu yao, Balaamu aliwaagiza wawakaribishe Waisraeli. Waisraeli walienda nchi ya Moabu, na wakala na kunywa na kuinama mbele ya sanamu. Walijaribiwa na kutongozwa. Walifanya matendo machafu ya uzinifu na wanawake wa Moabu. Hiyo dhambi ilisababisha tauni iliyoua watu wengi.

Biblia inamwita Balaamu mtu aliyeenda njia ya mauti kwa kupenda malipo yasiyokuwa ya haki na inatuonya tusifuate mfano wake. Kwa kweli, si kwamba Balaamu alikosa kutii mapenzi ya Mungu kuanzia mwanzo. Lakini hakuweza kushinda majaribu ya pesa na mara tu akili yake iliponaswa, hatimaye akaharibika.

Leo, kuna visa vingi ambapo watu wanapenda pesa, wanaridhiana na ulimwengu, na kufanya dhambi mbele ya Mungu. Wakiwa na tamaa zao za pesa, wanavunja amri za Mungu. Hawaitakasi Siku ya Bwana. Wanasikia ugumu kuhusu kutoa zaka halisi na hatimaye 'wanamwibia Mungu.' Lakini kuridhiana na ulimwengu na kupenda kitu kingine zaidi ya Mungu ni kuzini kwa kiroho.

Mpumbavu Balaamu alipata vitu vingi kwa wakati huo, lakini punde tu alikabiliwa na mwisho wa kuhuzunisha, akauawa na Waisraeli. Ingawa ilikawiishwa kwa muda kidogo kwa sababu ya hekima mbovu ya Balaamu, Israeli bado ilishinda sehemu ya mashariki ya Yordani. Nchi hii ilichukuliwa na kabila ya Rubeni, ya Gadi, na sehemu ya kabila ya Manase baada ya kuiomba.

Watoto wakati wa Kutoka walikuwa sasa wamekua na kuwa watu wazima, na sasa walikuwa wanachukua wajibu mkuu katika kuiongoza Israeli. Kizazi cha kwanza cha Kutoka, isipokuwa wawili, walikufa jangwani kwa sababu ya kulalamika dhidi ya Mungu kule Kadeshi-Barnea. Musa na Haruni pia hawakuweza kuingia Nchi ya Kanaani kwa sababu, kama viongozi, walikuwa na jukumu kwa ajili yake.

Ni Yoshua na Kalebu peke yao waliopokea ahadi ya kwamba wangeingia Nchi ya Kanaani na kizazi kilichofuata. Tofauti na watu ambao bado walikuwa na mioyo migumu hata baada ya kuona miujiza mingi sana na wakafa jangwani, walibadilisha mioyo yao na kweli na wakazidi kuwa na imani ya kweli.

Hawakuogopa hata walipowaona majitu wakubwa kule Kanaani pamoja na ngome zao za imara sana. Waliungama, "Ikiwa BWANA anatufurahia, atatuingiza katika nchi hii atupe iwe yetu, nayo ni nchi yenye wingi wa maziwa na asali" (Hesabu 14:8). Ungamo hili la Yoshua na Kalebu pia leo linaweza kutumiwa kwetu sisi vivyo hivyo.

Natutambue ya kwamba, Mungu akipendezwa nasi, chochote kinawezekana kwa ajili yetu. Ninatumaini utaomba na imani ya kweli na upokee majibu.

Sura ya 5

"BWANA Mungu Wako Yu Pamoja Nawe"

- Mrithi wa Musa -

Yoshua 1:6-9

Uwe hodari na moyo wa ushujaa, maana ni wewe utakayewarithisha watu hawa nchi hii niliyowaapia baba zao ya kwamba nitawapa. Uwe hodari tu na ushujaa mwingi, uangalie kutenda sawasawa na sheria yote aliyokuamuru Musa mtumishi wangu; usiiache, kwenda mkono wa kuume, au wa kushoto, upate kufanikiwa sana kila uendako. Kitabu hiki cha torati kisiondoke kinywani mwako, bali yatafakari maneno yake mchana na usiku, upate kuangalia kutenda sawasawa na maneno yote yaliyoandikwa humo; maana ndipo utakapoifanikisha njia yako, kisha ndipo utakapositawi sana. Je! Si mimi niliyekuamuru? Uwe hodari na moyo wa ushujaa! Usiogope wala usifadhaike; kwa kuwa BWANA, Mungu wako, yu pamoja nawe kila uendako.

Miaka arobaini jangwani haikuwa wakati wa adhabu peke yake kwa Waisraeli ambao hawakuweza kuonyesha imani, bali pia ulikuwa wakati wa mafunzo ya kiroho. Kilikuwa kipindi cha kizazi cha pili cha Kutoka kukutana na Mungu, wamuone, na kupata imani.

Mungu alituacha tupitie vipindi mbalimbali vya mafunzo ili tuweze kuwa na imani ya kiroho kwanza kabla hajatubariki. Bila imani ya kiroho hatuwezi kuokolewa wala hatuwezi kuingia katika ufalme wa mbinguni.

Pia, kama Mungu angetupatia baraka kabla kuwa na imani ya kiroho, wengi wetu wangerudi ulimwenguni. Hii ndiyo sababu, Mungu hutuonyesha kazi za kushangaza za Mungu, na wakati mwingine huruhusu tupate majaribu makali ili imani yetu iweze kukua.

Kwa kweli, kipindi cha wakati ambacho mtu amekuwa Mkristo hakijalishi kwa kweli kwa mtu kupokea baraka za kiroho na za vitu na kupokea mamlaka na uwezo wa kiroho. Inategemea imani ya kiroho tuliyo nayo. Imani ya kiroho inaweza kutolewa wakati tunaposhika neno la Mungu mioyoni mwetu na kubadilisha kusikia kwetu kwa ndani.

Ni Musa, Yoshua na Kalebu peke yao walioendelea kuishi

pamoja na kizazi cha pili. Watu wengine wote katika kizazi cha kwanza cha Kutoka, walikufa jangwani.

Mahubiri ya Mwisho ya Musa

Baada ya hiyo miaka arobaini, wakati wa kuingia katika Nchi ya Kanaani ulipofika, Musa alianza kutoa mahubiri marefu. Alikuwa kama baba aliyekuwa anatoa wosia wa mwisho kwa watoto wake na kuwajali sana. Alikuwa anawapa ushauri wake wa mwisho na upendo mkuu kwa watu wa Israeli ambao walikuwa hawana budi kuchukua Nchi ya Kanaani baada ya yeye kufa.

Kwa kweli, yote yaliyomo katika mahubiri ni kitabu cha Kumbukumbu la Torati. Kumbukumbu la Torati ni ujumbe kuhusu Sheria kutoka kwa mambo ambayo Musa aliwafunza watu wa Israeli katika uwanda wa Moabu.

Musa aliweka mkazo kwamba kizazi cha kwanza cha Kutoka hakikuweza kupokea Nchi ya Kanaani kama urithi wao kwa sababu ya kutotii kwao. Alijaribu kuwafahamisha kwamba kumtii Mungu ndiyo njia ya kupata baraka na huo ndio wajibu wa kimsingi wa wanadamu. Kumbukumbu la Torati ni mwongozo na kitabu cha kozi kinachoeleza kanuni za msingi zaidi na ufahamu wa msingi ambao watu wa Mungu walikuwa hawana budi kuwa nao. Jambo muhimu ni kwamba walikuwa hawana budi kushika amri za Mungu.

Tunzeni basi, mtende kama mlivyoamriwa na BWANA,

Mungu wenu; msikengeuke kwa mkono wa kuume wala wa kushoto. Endeni njia yote aliyowaagiza BWANA, Mungu wenu, mpate kuwa hai, na kufanikiwa, mkafanye siku zenu kuwa nyingi katika nchi mtakayoimiliki (Kumbukumbu la Torati 5:32-33).

Itakuwa utakaposikia sauti ya BWANA, Mungu wako, kwa bidii, kutunza kuyafanya maagizo yake yote nikuagizayo leo, ndipo BWANA, Mungu wako, atakapokutukuza juu ya mataifa yote ya duniani Kumbukumbu la Torati 28:1).

Dhamira inayorudiwa rudiwa katika Kumbukumbu la Torati ni kwamba tukishika amri za Mungu tutabarikiwa, lakini kama hatutazishika tutalaaniwa. Hili halikutolewa ili liwaogofye watu au kuwabebesha mizigo mizito. Kama inavyosemwa katika Kumbukumbu la Torati 10:13, "Shika amri za BWANA na sheria zake, ninazokuamuru leo, upate uheri," huu ulikuwa ujumbe uliowaambia njia ya furaha ya kweli.

Tangu Kuanguka kwa Adamu, ulimwengu huu uliingia katika utawala wa adui ibilisi. Wale wasiomwamini Mungu wamewekewa kuteseka kwa mitihani na majaribu chini ya utawala wa Shetani. Kwa hivyo, ili tuweze kuishi maisha ya kubarikiwa, ni lazima tutoke katika giza na tushike neno la Mungu ambaye ndiye nuru.

1 Yohana 1:6 inasema, "Tukisema ya kwamba twashirikiana naye, tena tukienenda gizani, twasema uongo, wala hatuifanyi

iliyo kweli." Wale ambao hawashiki amri za Mungu ni wale wanaoishi gizani, na ni wa adui ibilisi. Kwa hivyo wakati adui ibilisi anapoleta mitihani na majaribu kwa watu kama hao, Mungu hawezi kuwalinda. Kwa mfano, kuna sheria za mataa ya kuongoza magari ambazo huwekwa na nchi kuhakikisha usalama wa watu wanaotembea na mtiririko wa magari. Madereva na watembeaji wanaweza kulindwa wanapotii hizi sheria za mataa ya kuongoza magari. Kwa upande mwingine madereva au watembeaji wakivunja sheria za mataa, hawawezi kulindwa.

Vivyo hivyo, tunaposhika sheria za Mungu tunaweza kulindwa, lakini tukizivunja, hatuwezi kulindwa. Musa alijua ukweli huu vizuri sana na mara nyingi aliwashauri Waisraeli washike amri za Mungu.

Musa hakuweza kuingia Nchi ya Kanaani, lakini aliwabariki wana wa Israeli (Kumbukumbu la Torati sura ya 33).

Kwa imani yake peke yake angekuwa ameingia Nchi ya Kanaani. Lakini kama kiongozi wa kizazi cha kwanza cha Kutoka ambao hawakuwa na imani, hakuruhusiwa kuingia hiyo nchi. Ilikuwa kwa sababu kama kiongozi alichukua hilo jukumu (Kumbukumbu la Torati 3:25-26). Kwa jumla, hata katika huu ulimwengu, viongozi wengine au wakurugenzi huondolewa katika vyeo vyao kwa sababu ya makosa ya watu wanaowasimamia. Hili limefanana na hilo.

Kabla Mungu kumchukua mpendwa wake Musa, alimwonyesha Nchi ya Kanaani ili amfariji. Mungu alimpenda Musa zaidi ya mtu mwingine yeyote kwa sababu aliyatii mapenzi ya Mungu na kuongoza watu wengi sana na unyenyekevu. Hiyo ndiyo sababu Mungu alimfanya aione nchi kutoka mbali, hata ingawa kwa kweli hakuweza kuingia nchi ile.

Mungu alimwongoza kutoka nyanda za Moabu mpaka Mlima Nebo, na akamwonyesha nchi yote, ya Gileadi hadi Dani, na Naftali yote, na nchi ya Efraimu na Manase, na nchi yote ya Yuda, mpaka bahari ya magharibi, na Negebu, na uwanja wa bonde la Yeriko, mji wa mitende, hata mpaka Soari (Kumbukumbu la Torati 34:1-3).

Musa anaweza kuwa alihisi nini kuona Nchi ya Ahadi mbele yake? Kwa sababu aliamini ahadi ya Mungu kwa uthabiti zaidi kuliko mtu mwingine yeyote, yumkini alihisi masikitiko na aibu kidogo mbele za Mungu kwa kutoweza kuongoza kizazi cha kwanza cha Kutoka kuwa na imani zaidi.

Ni lazima alikumbuka miaka arobaini iliyokuwa imepita tangu wakati alipokutana na Mungu katika moto uliowaka katikati ya kichaka juu ya Mlima Horebu. Ni lazima pia alikuwa na mawazo yakipitapita akilini mwake kama, "Laiti ningeweza kutia imani zaidi ndani ya watu hawa." Alikuwa aondoke duniani kwa mapenzi ya Mungu, na ni lazima alihisi mzigo na uzito kutoka kwa moyo uliokuwa unachomeka kwa ajili ya watu waliokuwa wanabaki nyuma.

Lakini wengine wanasema kwamba Musa hakuweza kuingia Nchi ya Kanaani kwa sababu hakulitii neno la Mungu. Wanasema kwamba Musa alipopaswa kupiga jiwe ili maji yatoke kutoka kwa jiwe hilo, alikuwa anapaswa kulipiga mara moja peke yake, lakini yeye akalipiga mara mbili, na hiyo ndiyo sababu Mungu alimkasirikia. Au wengine wanasema hakuweza kuingia Nchi ya Kanaani kwa sababu alikuwa amekasirika sana na akavivunja vipande vya mawe vya Amri Kumi.

Lakini Hesabu 12:3 inasema, "Basi huyo mtu, huyo Musa, alikuwa mpole sana zaidi ya wanadamu wote waliokuwa juu ya uso wa nchi." Kama huyu mtu mnyenyekevu na mpole hakuweza kuingia katika Nchi ya Kanaani kwa sababu tu kwamba ghadhabu ya Mungu ilimwangukia kwa kukasirika mara moja, inaonekana kama kwamba Mungu ni Mungu wa kuogofya sana.

Pia, tunaweza kupata katika Biblia kwamba Mungu alimwambia tu apige hilo jiwe. Kulipiga mara moja au mbili, ilimtegemea Musa. Hatuwezi kusema alikosa kutii neno la Mungu. Sababu haswa kwa nini Musa hakuweza kuingia Nchi ile ilipatikana katika Kumbukumbu la Torati 1:37. Musa alisema, "Na BWANA alinikasirikia mimi kwa ajili yenu, akasema, 'Wala wewe hutaingia humo.'"

Mungu alifanya kifungu hiki kinakiliwe katika Biblia ili watu wasielewe vibaya kiasi cha kufikiri kwamba ni kwa sababu Musa alikasirika au hakuwa na imani. Haikuwa hivyo.

Kifo cha Musa

Upande wa mashariki wa Yordani, kutoka mahali

alipokuwa anaweza kuona Nchi ya Kanaani, Musa hatimaye alienda upande wa Baba Mungu baada ya miaka 120 ya maisha yaliyojaa aina zote za mabadiliko yasiyotarajiwa.

Kwa kuwa alikuwa amepokea wajibu wa kuwa kiongozi wa Kutoka, kutoka kwa Mungu, alitii maneno yote ya Mungu.

Kuwa kiongozi halikuwa jambo rahisi. Alilazimika kubeba mizigo yote na uchungu wa watu wake. Siku zote alishughulika na moyo wa baba kuwaongoza watu kufuata mapenzi ya Mungu.

Kwa sababu watu waliokuwa wakilalamika na maneno mabaya, na kwa sababu masikitiko na maumivu aliyovumilia, ilikuwa nadra sana kwake kupata siku zozote ya kuburudika mpaka wakati alipoitwa kwenda upande wa Mungu.

Lakini kamwe hakutaka kuinua mikono kwa wajibu wake na hakujaribu kukwepa jukumu lake. Akianguka chini ardhini mbele za Mungu tu, kwa unyenyekevu akiungama kwamba hakuweza kufanya jambo lolote kwa nguvu zake mwenyewe. Alishinda aina zote za hali ngumu na imani yake kwa Mungu peke yake.

Kwa sababu alikuwa na moyo wa ndani wa namna hii, Mungu pia alimwamini, akawasiliana naye moja kwa moja, na akamfanya atimize mambo mengi sana makuu.

Je, umewahi kuhisi kwamba wajibu wako uliopewa na Mungu umekuwa mzito na ulitaka kupumzika tu? Ninatumaini utafikiri kuhusu Musa na usonge mbele kwa nguvu zaidi.

Yoshua, Mrithi wa Musa

Baada ya kifo cha Musa, Mungu alimchagua Yoshua, mwana wa Nuni, awaongoze watu wa Israeli. Yoshua alikuwa mmoja wapo wa wale wapelelezi kumi na wawili na alimpendeza Mungu na ungamo lake zuri la imani.

Siku zote alimfuata Musa kama mtumishi, na hata wakati Musa alipofunga kwa siku arobaini ili apokee zile Amri Kumi, hakumwacha Musa. Kutoka 33:11 inasema, "Kisha akageuka akarejea hata maragoni; bali mtumishi wake Yoshua, mwana wa Nuni, naye ni kijana, hakutoka mle hemani." Kama ilivyosemwa, alikuwa na upendo kwa ajili ya mahali patakatifu pa Mungu.

Kwa sababu Yoshua alimpenda Mungu na kumwamini Musa na moyo usiobadilika, alikuwa anaweza kuchaguliwa kama mrithi wa Musa. Pia yumkini alikuwa na mzigo mkubwa moyoni mwake kwa sababu kiongozi mkuu hakuwa naye tena, na sasa ilimbidi akubali majukumu ya mwalimu wake. Alijua jinsi majukumu ya uongozi yalivyo magumu na mazito kwa watu wengi sana. Kwa miaka arobaini Yoshua aliyaona machozi ya Musa na uchungu kwa ukaribu zaidi kuliko mtu mwingine yeyote. Kwa sababu Mungu alijua moyo wa Yoshua, Mungu alimhimiza na maneno ya nguvu ya ahadi.

Hapatakuwa mtu ye yote atakayeweza kusimama mbele yako siku zote za maisha yako. Kama nilivyokuwa pamoja na Musa, ndivyo nitakavyokuwa pamoja na wewe; sitakupungukia wala sitakuacha. Uwe hodari na moyo wa ushujaa, maana ni wewe utakayewarithisha watu hawa nchi hii niliyowaapia baba zao ya kwamba nitawapa (Yoshua 1:5-6).

Lakini kulikuwa na sharti moja. Ilikuwa ni lazima ashike kila neno la Mungu.

Uwe hodari tu na ushujaa mwingi, uangalie kutenda sawasawa na sheria yote aliyokuamuru Musa mtumishi wangu; usiiache, kwenda mkono wa kuume, au wa kushoto, upate kufanikiwa sana kila uendako. Kitabu hiki cha torati kisiondoke kinywani mwako, bali yatafakari maneno yake mchana na usiku, upate kuangalia kutenda sawasawa na maneno yote yaliyoandikwa humo; maana ndipo utakapoifanikisha njia yako, kisha ndipo utakapositawi sana (Yoshua 1:7-8).

Waisraeli waliokuwa na Yoshua pia walikuwa tofauti na kizazi cha kwanza cha Kutoka. Kizazi cha wazazi wao kilizaliwa na kuleewa katika utamaduni wa mataifa wa Misri na imani yao kwa Mungu ilikuwa dhaifu sana. Uovu mwingi pia ulitiwa ndani yao kwa kuwa walikuwa chini ya mateso na kufanyiwa mambo mabaya ya utumwa kwa muda mrefu. Lakini kizazi cha pili kililewa na neno la Mungu na walikuwa wameona kazi nyingi za uwezo wa Mungu tangu walipokuwa wadogo. Pia, walikuwa wameandika mioyoni mwao sababu ya wazazi wao kushindwa kuingia Nchi ya Kanaani, na wakalazimika kuzunguka zunguka jangwani kwa miaka arobaini. Sasa, walikuwa tayari kumtii Mungu na kiongozi wao kwa imani ya kweli.

Tofauti na wazazi wao ambao hawakuacha kulalamika dhidi ya Musa hata baada ya kuona kazi nyingi za Mungu, waliapa kumtii Yoshua bila masharti.

Kama vile tulivyomsikiliza Musa katika mambo yote, ndivyo tutakavyokusikiliza wewe; BWANA, Mungu wako, na awe pamoja nawe tu, kama alivyokuwa pamoja na Musa. Kila mtu atakayeiasi amri yako, asiyasikilize maneno yako katika mambo yote utakayomwamuru, atauawa. Uwe hodari na moyo wa ushujaa, hilo tu (Yoshua 1:17-18).

Kiongozi Yoshua, na watu wote waliungana kwa moyo mmoja kutimiza ahadi ya Mungu kuhusu Nchi ya Kanaani. Sasa, ilikuwa hapo mbele ya macho yao.

Kanaani wakati ule ilikuwa na utamaduni ulioendelea na wenye ubora wa hali ya juu. Walifanya biashara na Misri na Mesopotamia. Kwa Waisraeli, ambao walikuwa wamekuwa watumwa na ambao pia walizunguka zunguka jangwa kwa miaka arobaini, Nchi ya Kanaani kwa kweli ilikuwa nchi itiririkayo maziwa na asali.

Mahali pa kwanza ambapo walilazimika kushinda ili waingie Nchi ya Kanaani ilikuwa Yeriko.

Kuipepeleza Yeriko na Rahabu Kahaba

Yoshua na Waisraeli hawakuenda tu juu ya Yeriko kwa sababu walikuwa na imani. Kwanza iliwabidi wajue kuhusu adui wao. Ili waweze kuunda mkakati mwafaka walilazimika kujua kuta za mji huo zilikuwa namna gani, nguvu ya jeshi lao, na hamasa yao ilikuwa kiwango gani. Yoshua alichagua wapelelezi wawili kule Shitimu na akawatuma waipeleleze nchi.

Wakati huo mji wa Yeriko ulikuwa mji uliojengwa vizuri sana. Tunapoona misingi ya ukuta wa mji ambayo wasomi wametafiti, tunaweza kuona kwamba ulikuwa ukuta uliokuwa thabiti sana. Miji mingi ina ukuta mmoja peke yake, lakini Yeriko ilikuwa na kuta mbili ambazo ziliifanya iwe imara sana.

Inajulikana kwamba unene wa kila ukuta ulikuwa mita 1.8 na mita 3.3 mtawalia. Ilikuwa vigumu hata kutoboa tundu ndogo katika ukuta wa mji na njia ya kawaida ya mashambulizi. Hasa watu wa Yeriko walikuwa wako macho sana, wakijaribu kujikinga dhidi ya mashambulizi ya Waisraeli.

Siku moja, mfalme wa Yeriko alisikia kwamba wapelelezi walikuwa wameingia katika mji. Akawaagiza askari wake wawatafute. Walijua kwa usahihi wale wapelelezi walikuwa wapi, na wale wapelelezi wangeshikwa wakati wowote.

Wakati huo, Mungu alitoa msaada kutoka kwa mtu ambaye hakutarajiwa kabisa. Mtu huyu alikuwa Rahabu. Rahabu alikuwa malaya, na wale wapelelezi walikuwa nyumbani mwake. Yeye alikuwa mtu wa Mataifa kutoka kwa tabaka la chini, lakini akawaficha wale wapelelezi, na kukataa kutii amri ya mfalme na kufanya ungamo la amani la kushangaza kwao.

[Rahabu] aliwaambia wale watu, "Mimi ninajua kuwa Bwana amewapa ninyi nchi hii, na ya kuwa hofu imetuangukia mbele. Maana tumesikia jinsi BWANA alivyoyakausha maji ya bahari ya Shamu mbele yenu, hapo mlipotoka Misri, tena mambo hayo mliyowatendea wafalme wawili wa Waamori waliokuwa huko ng'ambo ya Yordani, yaani, Sihoni na Ogu, mliowaangamiza kabisa. Na mara tuliposikia hayo mioyo yetu iliyeyuka, wala haukusalia ujasiri wo wote katika mtu awaye yote, kwa sababu yenu; kwa kuwa BWANA, Mungu wenu, yeye ndiye Mungu, katika mbingu juu na katika nchi chini" (Yoshua 2:9-11).

Ingawa Rahabu alikuwa mwanamke wa Mataifa, alikuwa na moyo mzuri. Aliposikia juu ya kugawanywa pande mbili kwa Bahari ya Shamu. maji kutoka kwenye jiwe, na ushindi wa Israeli vitani, akamwamini mwenyezi Mungu.

Kwa hivyo akawaomba wapelelezi kwamba wakati Waisraeli watakapoushika mji wa Yeriko, waokoe maisha yake na maisha ya watu wa jamaa yake, kama vile alivyoyaokoa maisha yao.

Kwa mawazo ya kibinadamu tunaweza kuona kwamba aliwasaliti watu wake mwenyewe na kuwaficha wapelelezi wa adui. Lakini alichochagua hakikuwa taifa moja dhidi ya lingine, bali alimchagua mwenyezi Mungu Muumba.

Waliposikia kuhusu ishara na maajabu ya Mungu

yaliyoambatana na Waisraeli, hata watu wa Mataifa waliokuwa na mioyo mizuri walimkiri Mungu kule mbinguni juu na katika nchi chini.

Mungu kamwe hawaachi bali huwabariki wale wamtafutao na kumtegemea na moyo wa kweli, wa kuwa huipeleleza mioyo ya ndani.

Kauli ya Imani ya Wale Wapelelezi Wawili

Wapelelezi walitoka mjini kwa msaada wa Rahabu na wakajificha milimani kwa siku tatu. Kisha wakavuka Mto wa Yordani tena wakarudi katika kambi ya Israeli/ Unaona walimwambia Yoshua nini?

Walitoa ripoti ya utondoti kuhusu hiyo nchi waliyokuwa wameiona. Hawakusema jambo lolote na mitazamo mibaya au hofu. Walisema tu yale waliyokuwa wameyaona na macho ya imani.

Hakika BWANA ameitia nchi yote katika mikono yetu; tena zaidi ya hayo wenyeji wa nchi wanayeyuka mbele yetu (Yoshua 2:24).

Tunaweza kuona kauli hii ilikuwa tofauti sana na wale wapelelezi kumi kule Kadeshi-Barnea. Tukimwamini Mungu kweli, hakuna lisilowezekana. Hata matatizo yatageuka na kuwa ufanisi kama Mungu yuko pamoja nasi. Kwa hivyo tusiseme lolote baya kama, "Haiwezekani!" au "Ni vigumu sana." Kawaida watu husema mambo mengi mabaya na ya uongo kwa sababu imekuwa tabia ya usemi maishani mwao. Kwa mfano, husema mambo kama, "Ninatamani kuliona," "Linaniua," "Hilo linaonekana ni zuri sana la kutosha kulifia!" "Nimeshiba sana naweza hata kupasuka!" Semi hizo za kutiwa chumvi zisizokuwa za kweli ziko kila mahali.

Mungu anayaona maneno yetu yote, matendo yetu yote na moyo wetu wa ndani na anafanya kazi kulingana na imani. Mithali 18:20-21 inasema, "Urithi uliopatikana mwanzo kwa haraka, mwisho wake, lakini, hautabarikiwa. Mauti na uzima huwa katika uwezo wa ulimi; Na wao waupendao watakula matunda yake."

Kwa hivyo, tunapaswa kusema maneno ya imani na wema na maneno mazuri ili tuweze kuwahimiza wengine na kutia imani ndani yao pia.

Sura ya 6

Wanavuka Yordani juu ya Nchi Kavu

- Mto wa Yordani Unasimama -

Yoshua 3:14-17

Hata ikawa, hao watu walipotoka katika hema zao, ili kuvuka Yordani, makuhani waliolichukua sanduku la agano wakatangulia mbele ya watu, basi hao waliolichukua hilo sanduku walipofika Yordani, na nyayo za makuhani waliolichukua sanduku zilipotiwa katika maji ya ukingoni, (maana Yordani hujaa hata kingo zake na kufurika wakati wote wa mavuno), ndipo hayo maji yaliyoshuka kutoka juu yakasimama, yakainuka, yakawa chuguu, mbali sana, huko Adamu, mji ule ulio karibu na Sarethani, na maji yale yaliyotelemkia bahari ya Araba, yaani Bahari ya Chumvi, yakatindika kabisa. Watu wakavuka kukabili Yeriko. Na hao makuhani waliolichukua sanduku la agano la BWANA wakasimama imara mahali pakavu katikati ya Yordani; Israeli wote wakavuka katika nchi kavu, hata taifa lile lote likaisha kuvuka Yordani.

Kizazi cha pili cha Kutoka, kilichoongozwa na Yoshua, kilianza mwendo wao kuelekea Nchi ya Kanaani. Kwa sababu ya ripoti ya kazi maalumu kutoka kwa wapelelezi kuhusu Yeriko, nguvu ya watu wa Israeli iliiongezeka sana wakati walipokuwa wanasonga kwa nguvu dhidi ya huo mji.

Mioyo ya watu kule Kanaani ilikuwa imeyeyuka tayari, na hawakuwa na haja ya kungojea tena. Kuanzia asubuhi mapema Yoshua aliwafanya watu wajitayarishe na kisha wakaelekea Mto wa Yordani.

Mafuriko ya Mto wa Yordani

Wakiwa njiani kwenda Yeriko mkondo wa kasi wa mafuriko ya Mto wa Yordani ulikuwa unawazuia. Kwa hivyo Yoshua hakuvuka mto na watu wake mara moja, bali aliwaagiza wapige kambi kwa muda.

Iliwabidi wapate njia ya kuvuka huo mto kwa sababu yalikuwa majira ya mafuriko ya huo mto na ulikuwa na mkondo wenye nguvu nyingi.

Upana wa huo mto umepungua baada ya muda mrefu,

na wakati huu upana wake ni kama mita thelathini tu, lakini wakati huo ulikuwa mpana zaidi.

Kama vile tu Mto wa Manjano, ambao pia unajulikana kama Hwang Ho kule Uchina, hugeuza njia yake baada ya muda mrefu. Karibu na mto kuna vijiji ambavyo hupotea kabisa na vingine ambavyo hujengwa upya baada ya muda. Kwa hivyo kama miaka 3,500 iliyopita Mto Yordani ni lazima ulikuwa tofauti sana na vile ulivyo leo.

Pia, Yordani ilikuwa na kona nyingi kali na mwendo wake ulikuwa wa kasi. Pia ulikuwa wakati wa mavuno ambapo Yordani huvunja kingo zake zote (Yoshua 3:15).

Kunapokuwa na mvua ya ghafula wakati wa masika, hata vijito vidogo vya mabondemi hufurika na hayo maji mengi ya kasi huua hata watu.

Ilikuwa haiwezekani kwa zaidi ya watu milioni mbili pamoja na watoto na wazee, na mizigo yao wavuke mto mkubwa uliokuwa umefurika. Hata kama walitaka kujenga meli au daraja, hawangeweza kupata vitu vya kujengea. Hata kama wangepata vitu vya kujengea ingechukua muda mrefu. Watu wa Yeriko nao hawangewaangalia tu wakijenga.

Imani ya Kizazi cha Pili cha Kutoka.

Tofauti na kizazi cha kwanza cha Kutoka, kizazi cha pili

kilikuwa kimefunzwa vizuri na kilikuwa na imani ya kiroho ya kumtegemea mwenyezi Mungu.

Wakati Mto wa Yordani uliofurika ulipokuwa unawaziba njia yao, Mungu aliwafundisha njia rahisi sana ya kuuvuka.

Aliwaambia kwamba makuhani wakikanyaga Mto wa Yordani uliofurika huku wakiwa wamebaba sanduku la agano, maji yangeacha kuenda na yange kusanyika na kuwa mlima. Kwa kutumia hekima ya kawaida hlli lilikuwa haliwezekani. Maji ya mto yanayoenda yanawezaje kusimama kwa kuyakanyaga tu?

Kama kizazi cha kwanza cha Kutoka kingekuwa kimeambiwa kikanyage Mto wa Yordani na sanduku la agano, hawangekuwa wamenyamaza kuhusu jambo hilo. Wangekuwa wameanza kulalamika mara moja na kusema, "Tuingie katika mto uliofurika na sanduku la agano! Je, tunapaswa kufa namna hiyo? Je, Mungu ametuongoza katika safari yote kutoka Misri ili aje atuue katika Mto wa Yordani?"

Hata hivyo, kizazi cha pili hakikusema neno lolote la kulalamika au kuwa na tashwishi. Mungu alikuwa amegawanya Bahari ya Shamu mara mbili tayari. Waliamini kwamba, kwa Mungu kama huyo, kusimamisha maji ya Mto Yordani yaliyokuwa yakienda halikuwa tatizo.

Mto wa Yordani Unasimama

Kabla ya hawajavuka Yordani. kwa mara nyingine Yoshua

alitoa ombi kwa taifa la Israeli.

Jitakaseni; maana kesho BWANA atatenda mambo ya ajabu kati yenu (Yoshua 3:5).

Siku iliyofuata, kulingana na neno la Mungu ambalo Yoshua aliwaambia watu, makuhani walibeba sanduku la agano na wakatangulia mbele ya watu na kusimama kandokando ya huo Mto.

Mwanzo wa Kutoka, Bahari ya Shamu ilipogawanywa na jeshi la Misri kuzikwa ndani yake, hilo lilifanywa na utiifu wa mtu mmoja peke yake, yaani Musa. Ingawa walikuwa wameona uwezo wa Mungu ukidhihirishwa kupitia Mapigo Kumi yaliyotupwa juu ya Misri, wakati huo Waisraeli hawakuwa na imani ya kutosha.

Lakini sasa, mbele ya Mto Yordani uliokuwa umefurika, jambo la lazima lilikuwa imani ya kila mtu Israeli na wala sio imani ya mtu mmoja Yoshua. Kwa njia hiyo hiyo, kuanzia wakati tunapomkubali Yesu Kristo, ni lazima tukue katika roho na tuonyeshe matendo ya imani. Walikuwa hawana budi kulitii neno la Yoshua aliyechaguliwa na Mungu na wakanyage katika maji ya Mto Yordani yaliyokuwa yakienda.

Punde tu wale makuhani walipokanyaga maji yaliyokuwa yakienda ya huo mto, ahadi ya Mungu ilitimizwa kama inavyosemwa. Maji yaliyoshuka kutoka juu yakasimama, yakainuka, yakawa chuguu (Yoshua 3:16), na maji yale yaliyotelemkia bahari ya Araba, yaani Bahari ya Chumvi, yakatindika kabisa.

Huku makuhani wakiwa wamesimama ndani ya mto na sanduku la agano, maji hayakuenda na Waisraeli wakavuka huo mto upesi. Makuhani walipotoka nje ya mto, maji yakaanza kuenda tena kama awali.

Waisraeli walipokuwa wanashuhudia uwezo huu mkuu wa Mungu, walimwamini Yoshua hata zaidi na wakaanza kumheshimu kama walivyomheshimu Musa.

Ukumbusho wa Mawe Kumi na Mawili

Mungu aliwataka wakumbuke siku hiyo milele na wala wasibadilike katika heshima yao kwa Mungu, na aliwaamuru wafanye jambo fulani. Mungu aliwaambia wachukue mawe kumi na mawili kutoka katikati ya Yordani kulingana na idadi ya makabila ya wana wa Israeli, na walilazimika kuyabeba hadi mahali walipolala na wakayaweka huko.

Pia Mungu aliwaagiza wasimamishe mawe kumi na mawili katikati ya Yordani mahali ambapo nyayo za makuhani waliobeba sanduku la agano walikuwa wamesimama. Yalikuwa ni ya wao kukumbuka milele kile ambacho Mungu aliifanyia Israeli, na wamheshimu na kumtii Mungu.

[Yoshua] akawaambia wana wa Israeli, akasema, "Watoto

wenu watakapowauliza baba zao katika siku zijazo, wakisema, 'Mawe haya maana yake ni nini?' Ndipo mtakapowaarifu watoto wenu mkisema, 'Israeli walivuka mto huu wa Yordani, kwa njia ya nchi kavu. Kwa sababu BWANA, Mungu wenu aliyakausha maji ya Yordani, mbele yenu, hata mlipokwisha kuvuka kama BWANA, Mungu wenu, alivyoitenda Bahari ya Shamu, aliyoikausha mbele yetu hata tulipokwisha kuvuka; watu wote wa duniani wapate kujua mkono wa BWANA, ya kuwa ni mkono wenye uweza, ili wamche BWANA, Mungu wenu, milele'" (Yoshua 4:21-24).

Mungu kwa mara nyingine tena alithibitisha kwamba yeye alikuwa pamoja ja Waisraeli kupitia kwa kazi ya kushangaza ya kusimamisha Mto Yordani. Kwa upande mwingine, baada ya kusikia habari hizi Wakanaani waliogopa sana hivi kwamba mioyo yao iliyeyuka na hawakuwa na roho tena ndani yao.

Ikawa, wafalme wa Waamori, waliokaa ng'ambo ya Yordani pande za magharibi, na wafalme wote wa Wakanaani, waliokuwa karibu na bahari, waliposikia jinsi BWANA alivyoyakausha maji ya Yordani mbele ya wana wa Israeli, hata tulipokwisha kuvuka, basi mioyo yao iliyeyuka, wala haikuwamo roho ya nguvu ndani yao tena; kwa ajili ya wana wa Israeli (Yoshua 5:1).

Waisraeli walikuwa na motisha ya hali ya juu sana na

ilionekana kwamba wangeweza kushika mji wa Yeriko mara moja. Lakini Mungu hakuwaacha washambulie Yeriko mara moja. Aliwaagiza wafanye jambo fulani kwamba.

Kabla ya mashambulizi makubwa kama hayo Mungu hakuwaambia wachukue silaha zao na askari wawe tayari kwa vita. Aliwaamuru wajitahiri.

Maana za Kiroho za Tohara

Tendo la kimwili ya tohara ni kukata govi la mwanamume katika siku ya nane ya kuzaliwa. Mara ya kwanza amri hii ilipewa Ibrahimu.

Katika Mwanzo sura ya 17, Mungu alimwahidi Ibrahimu kwamba angempatia Nchi ya Kanaani. Pamoja na ahadi hiyo, Mungu alimwamuru awatahiri wanaume. Alisema, "Hili ndilo agano langu utakalolishika, kati ya mimi na wewe, na uzao wako baada yako: kila mwanamume wa kwenu atatahiriwa" (Mwanzo 17:10).

Kuanzia wakati huu wana wa Israeli walitahiriwa siku ya nane ya kuzaliwa kwao. Ilikuwa alama ya agano kwa Israeli ni watu wa Mungu. Mungu aliwaamuru waishike katika vizazi vyao vyote, na wale ambao hawatatahiriwa wakatiliwe mbali kutoka kwa watu wa Mungu.

Amri hii inatumiwa vivyo hivyo kwetu sisi katika Nyakati za Agano Jipya. Lakini sio tohara ya kimwili bali ya kiroho. Ni lazima tuitahiri mioyo yetu (Kumbukumbu la Torati 10:16). Tohara ya moyo inaamurishwa katika Yeremia 4:4, "Jitahirini kwa BWANA, mkaziondoe govi za mioyo yenu."

Kuondoa govi za moyo ni kutii amri za Mungu zinazotwambia 'tufanye' 'tusifanye.' 'tushike,' au 'tuache' mambo fulani kama inavyosemwa. Yaani, kama Mungu anavyosema, ni 'kupenda'; 'si kuchukia'; 'kushika Sabato'; na 'kuacha aina zote za uovu.' Ili tuweze kutakasika ni lazima 'tuache' mambo yasiyokuwa kweli, uovu, kukosa haki, uvunjaji wa sheria, na giza ambavyo ni vitu vilivyo kinyume na neno la Mungu na ni lazima 'tushike' kweli.

Katika nyakati za Agano la Kale walikuwa na alama ya kuwa wa Mungu kwa tohara kwa sababu ulikuwa si wakati wa Roho Mtakatifu na watu hawakuweza kuacha dhambi kwa nguvu zao wenyewe. Katika nyakati za Agano Jipya, tohara ya moyo ni ishara ya kuwa watoto wa Mungu.

Kwa hivyo, kama wale ambao hawakuwa wametahiriwa katika nyakati za Agano la Kale walikatiliwa mbali na watu wa Mungu, tohara ya moyo katika nyakati za Agano Jipya ina uhusiano wa moja kwa moja na wokovu.

Yoshua alilazimika kufanya hiyo tohara kwa sababu wana wa Israeli walioishi jangwa kuanzia wakati wa Kutoka hawangeweza kufanya tohara. Walijitahiri wenyewe kabla tu ya Kutoka, na wale waliozaliwa jangwani, ya wale wanaume chini ya miaka arobaini walikuwa hawajatahiriwa.

Kwa hivyo, kabla kuchukuliwa kwa Kanaani kuanza kabisa, Mungu aliwafanya wanaume wote wapokee tohara ili alithibitishe agano lake tena.

Hili halikuwa jambo rahisi. Mara walipotahiriwa, wangekuwa na maumivu na hawakuweza kwenda kwa uhuru kwa siku nyingi. Hasa, kwa kuwa walikuwa tayari wamevuka Mto Yordani, walikuwa tayari wako katika umbali wa kushambuliwa na adui. Watu kule Yeriko walikuwa wanawatazama kwa uangalifu kwa ukaribu sana.

Kama wangekuwa wamejitahiri na adui awashambulie, wangekuwa wameshindwa bila kujitetea. Kwa hivyo, wakiwa na fikira za kibinadamu, wanaweza kuwa wamefikiri, "Kwa nini badala yake Mungu hakutuagiza tutahiriwe kule jangwani. Kwa nini ametwambia tufanye hivi katika hali ya hatari namna hii?" Wangekuwa wamelalamika au hata kukosa kumtii kwa mawazo kama hayo.

Wakati mwingine, Mungu hutuamuru tufanye jambo ambalo kwa fikira za kibinadamu haliwezekani. Lakini, kufikiri kwamba jambo haliwezekani ni fikira ya kimwili na hiyo ndiyo inayotuzuia tusione uwezo wa kushangaza wa Mungu. Ni jambo la kimsingi ambalo hukata au kupunguza uwezo wa Mungu ambao tunaweza kushushiwa.

Lakini kwa sababu Waisraeli wa kizazi cha pili cha Kutoka walikuwa na imani, walitii tu bila kusema lolote. Kwa sababu hiyo, Mungu aliwalinda mpaka vidonda vyao vikapona kabisa, na hakuna jeshi lolote la adui lililowakaribia.

Tohara na Vita vya Kiroho

Basi, sababu iliyomfanya Mungu awaamuru wajitahiri katika hali ya hatari namna hiyo ilikuwa nini? Lengo lake lilikuwa kufundisha watu wote, si Waisraeli peke yao, lakini hata sisi leo, jinsi ya kushinda vita vya kiroho. Utaratibu wa kuchukua Nchi ya Kanaani unaweza kuonekana kama kupigana tu kwa ajili ya ardhi kati ya watu tofauti tofauti. Lakini katika ulimwengu wa kiroho, vilikuwa vita vikali vya kiroho vya kushinda na kushindwa kati ya roho nzuri za Mungu na pepo wachafu waliojaribu kumwaibisha Mungu.

Kwa maana kushindana kwetu sisi si juu ya damu na nyama; bali ni juu ya falme na mamlaka, juu ya wakuu wa giza hili, juu ya majeshi ya pepo wabaya katika ulimwengu wa roho (Waefeso 6:12).

Kwa mfano, wakati kijana Daudi alipomshinda Goliathi, alisema, "Nao jamii ya watu wote pia wajue ya kwamba BWANA haokoi kwa upanga wala kwa mkuki; maana vita ni vya BWANA, naye atawatia ninyi mikononi mwetu" (1 Samweli 17:47).

Mwili mdogo wa kijana Daudi, haungeanza kujilinganisha

na mwili mkubwa na wenye nguvu nyingi wa Goliathi, lakini Daudi alishinda kwa sababu alikuwa mtu aupendezaye moyo wa Mungu. Kwa sababu alikuwa tayari amevishinda vita vya kiroho, aliweza kumshinda jitu Goliathi na kombeo na jiwe tu.

Pia, katika vita kati ya Israeli na Waamaleki baada ya Kutoka, mikono ya Musa ilipoinuliwa, Israeli ilishinda, na alipoishusha chini, Waamaleki walishinda (Kutoka 17:11). Wakati mtu wa Mungu, Musa, alipoinua mikono yake na kuomba, Mungu alikuwa pamoja nao ili washinde vita.

Kuna vifungu vingi vingine zaidi ya hivi katika Biblia vinavyotwambia kwamba ushindi katika vita hautegemei vita vya kimwili lakini vita vya kiroho (Mwanzo 32:24-25; Danieli 10:13).

Kwa mfano, tuseme mtu anateswa nyumbani kwao au kazini kwake kwa kuwa yeye ni mwamini. Kwa nje, wazazi wake, mumewe, au mkubwa wake kule kazini anamtesa, lakini katika roho, kwa kweli ni pepo wachafu wanaowachochea watu wamtaabishe.

Wale wasiomjuaYesu Kristo na hawajamkubali ni wa Shetani mtawala wa ulimwengu huu wa giza. Kwa hivyo, mapepo wachafu wanaweza kuwachochea hawa watu wawe na mawazo mabaya.

Katika hali hii, kama mwamini anampendeza Mungu na hupokea uwezo wake, anaweza kupokea usaidizi wa malaika na jeshi la mbinguni. Hivyo basi pepo wachafu watapoteza uwezo wao, na akili za watesaji pia zitatulizwa kiasilia. Vita hivi vya Yoshua na wana wa Israeli dhidi ya Yeriko, pia vilikuwa vita vya kiroho chini ya udhibiti wa Mungu. Hiyo ndiyo sababu akida wa jeshi la Mungu alimjia Yoshua alipokaribia Yeriko.

Ikawa hapo Yoshua alipokuwa karibu na mji wa Yeriko, akavua macho yake na kuangalia, na tazama, mtu mume akasimama kumkabili mbele yake, naye alikuwa na upanga wazi mkononi mwake; Yoshua akamwendea, na kumwambia, "Je! Wewe u upande wetu, au upande wa adui zetu?" Akasema, "La, lakini nimekuja sasa, nili amiri wa jeshi la BWANA." Yoshua akapomoka kiusouso hata nchi, naye akasujudu, akamwuliza, Bwana wangu aniambia nini mimi mtumishi wake?" (Yoshua 5:13-14)

Kuna jambo moja ambalo ni la lazima kabisa ili tuweze kushinda aina hii ya vita vya kiroho. Ni usafi wa moyo.

Hii ndiyo sababu Mungu aliwaamuru wajitakase kabla ya kuvuka Mto Yordani.

Akida wa majeshi ya BWANA alimwambia Yoshua avue viatu vyake kutoka miguuni mwake (Yoshua 5:15), na ilikuwa kwa sababu hiyo hiyo kama hapo awali, ili kiroho autoe uchafu wa dhambi na apate usafi wa utakaso.

Kabla kutimizwa kwa ahadi ya Mungu ya kuwapa Nchi ya Kanaani, Mungu aliwaagiza wajitahiri kwanza. Lengo lilikuwa kuwafanya waache dhambi na wajisafishe tena.

1 Yohanan 3:21-22 pia inasema, "Wapenzi, mioyo yetu isipotuhukumu, tuna ujasiri kwa Mungu; na lo lote tuombalo, twalipokea kwake, kwa kuwa twazishika amri zake, na kuyatenda yapendezayo machoni pake."

Kwa hivyo si kwa kuchukua Nchi ya Kanaani peke yake bali pia katika mambo ya kibinafsi, ni lazima kwanza tutahiri mioyo yetu kwa kutoa uovu kutoka mioyoni mwetu, ili Mungu aweze kuonyesha kazi yake.

Sasa, kati ya Waisraeli ambao walikuwa wamejitahiri tu hivi punde na watu wa Yeriko, kulikuwa na wasiwasi mkubwa, kama ule wa kabla ya dhoruba.

Lakini Mungu alikuwa ametuma jeshi laki la mbinguni tayari kwa vita hivi na akamwahidi Yoshua akisema, "Tazama, nimeutia Yeriko katika mkono wako, na mfalme wake, na mashujaa wake" (Yoshua 6:2). Hata mji wenye nguvu wa Yeriko ulikuwa mikononi mwa Mungu tayari.

Maana uliza sasa siku zilizopita, zilizokuwa kabla yako, tangu siku ile Mungu aliyoumba mwanadamu juu ya nchi, na toka pembe hii ya mbingu hata pembe hii. Kwamba kumetukia neno lo lote kama neno hili kubwa, au kwamba kumesikiwa habari ya neno kama hili? (Kumbukumbu la

Torati 4:32)

Ni nani anayeweza kugawanya bahari na kufanya njia katikati yake? Ni nani anayeweza kusimamisha maji ya mto ulifurika yasiende, afungue lango la mbinguni atoe chakula cha kila siku, na kufanya maji yatoke katika jiwe? Ni mwenyezi Mungu peke yake awezaye kufanya mambo haya.

Haya si mambo tu ya dhahania, visasili, au ngano. Ni ukweli safi wa kihistoria usiokuwa na mitungo yoyote.

Kwa hivyo, kama tu wale makuhani waliokanyaga mto huku wakiwa wamebeba sanduku la agano na bila hofu yale yanayoonekana kwa macho, tunapaswa tuweze kusimama na ujasiri, tutoke na kufanya kazi kwa utukufu wa Mungu.

Sura ya 7

"BWANA Amewapa Huo Mji"

- Kushindwa kwa Yeriko -

Yoshua 6:12, 15-16

Yoshua akaondoka asubuhi na mapema, nao makuhani wakalichukua sanduku la BWANA. Ikawa siku ya saba wakaondoka asubuhi na mapema wakati wa mapambazuko, wakauzunguka mji vivyo hivyo mara saba; ila siku hiyo waliuzunguka huo mji mara saba. Hata mara ya saba makuhani walipozipiga tarumbeta, Yoshua akawaambia watu, "Pigeni kelele! Kwa maana BWANA amewapeni mji huu."

Eneo lote karibu na ukuta wa mji na kuizunguka Yeriko lilikuwa kimya. Yeriko ilikuwa lango la kuingilia Nchi ya Kanaani. Ulikuwa mji mkubwa. Ni lazima kulikuwa na watu wengi wakienda hapa na pale, lakini ulikuwa kimya sana.

Basi Yeriko ulikuwa umefungwa kabisa kwa sababu ya wana wa Israeli; hapana mtu aliyetoka wala hapana mtu aliyeingia (Yoshua 6:1).

Watu ndani ya huo mji walikuwa kimya wakingojea vita visivyoweza kuepukika na Waisraeli na kuweka usikivu mkubwa kwa kila hatua waliyochukua.

Njia ya Mungu ya Kuushinda Mji wa Yeriko

Ilikuwa wazi kwamba watu wa Yeriko walikuwa na nafasi nzuri zaidi ya kushinda kuliko Waisraeli. Walikuwa ndani ya kuta imara za mji ilihali Waisraeli walikuwa katika uwanda bila kuwa na njia yoyote ya kurudi nyuma kwa kuwa Mto Yordani ulikuwa nyuma yao.

Hekima ya kawaida inatwambia kuwa ilikuwa wazi kwamba wangeshindwa, lakini Mungu alisema watashinda. Yoshua 6:2 inasema, "BWANA akamwambia Yoshua,

'Tazama, nimeutia Yeriko katika mkono wako, na mfalme wake, na mashujaa wake.'"

Kama wangekuwa na silaha za kisasa, ukuta wa mji haungekuwa tatizo. Lakini hawakuwa hata na baruti. Mji wa Yeriko ulikuwa na ukuta wa ndani na ukuta wa nje. Ulikuwa madhubuti sana hata magari ya farasi yangeweza kwenda mbio juu ya hizo kuta. Ilikuwa inalindwa vikali na askari waliokuwa na silaha. Kulikuwa hakuna njia ya kuichukua na ile nguvu ya wana wa Israeli peke yao.

Katika hali hii, Mungu aliwafundisha njia ambayo kwa hekima ya kawaida haiwezi kueleweka. Aliwaambia wazunguke huo mji mara moja kwa siku kwa siku sita, na siku ya saba, wauzunguke mara saba.

Mbele kulikuwa na watu wenye silaha wakifuatwa na makuhani saba waliokuwa na tarumbeta saba za pembe za kondoo waume, kisha watu waliobeba sanduku la BWANA wakiwa nyuma yao, na kisha watu wa taifa la Israeli walioenda nyuma ya sanduku la BWANA. Siku ya saba, wakati ambapo wangezunguka mji mara saba na wale makuhani wapige tarumbeta, na kisha watu wapige kelele na mji wa Yeriko ungeanguka.

Hapa nambari saba, inayotokea kila mara, ni nambari ya ukamilifu. Hii maanake ni kwamba walikuwa ni lazima wamwamini Mungu kabisa na wamtii. Mungu aliwaambia kwamba watu wakipiga kelele huku makuhani wapige tarumbeta, ukuta wa Yeriko ungeanguka. Kiroho hili linaashiria kwamba, mapenzi ya Mungu ni sisi tumlilie.

Niite, nami nitakuitikia, nami nitakuonyesha mambo

makubwa, magumu usiyoyajua (Yeremia 33:3).

Tunaweza kuona katika Biblia kwamba manabii na wanafunzi wa Yesu walilia na sauti kubwa katika maombi yao. Yesu alipomfufua Lazaro, 'alilia na sauti kubwa' akisema, "Lazaro, toka nje." Yule mtu aliyekuwa amekufa alitoka nje, akiwa amefungwa mikono na nyayo kwa kulingwalingwa, na uso wake nguo (Yohana 11:43-44).

Yesu alipomwita yule mfu atoke nje, sauti ya juu au sauti ya chini ingekuwa haina tofauti. Lakini kwa sababu alikuwa anaomba mbele ya Mungu aliye hai, alilia kwa sauti kuu. Hii pia ndiyo sababu kwa nini aliomba mpaka jasho lake likawa kama matone ya damu yatona chini ardhini wakati alipokuwa anaomba kule Gethesemane kabla tu ya kuangikwa msalabani (Luka 22:44).

Kama tu tunavyoweza kula mavuno ya aridhi na kutaabika kwetu (Mwanzo 3:17), tunaweza kupokea jibu la maombi yetu kwa haraka zaidi tunapotaabika na kulia kwa sauti tunapoomba. Vivyo hivyo, ni mapenzi ya Mungu kwetu sisi tulie kwa sauti katika maombi, tunapoomba kwa ajili ya jambo fulani mbele ya Mungu.

Wana wa Israeli Waliiishinda Yeriko na Imani

Kuta za mji zilizo imara kama hizo za Yeriko zilianguka kwa kelele za watu. Kwa fikira za mwanadamu haiwezekani na haieleweki kabisa. Lakini kizazi cha pili cha Kutoka kilikuwa kimepitia mafunzo ya imani na hawakutoa kauli zozote mbaya wala kulalamika; walitii tu.

Sasa watu katika mji wa Yeriko waliona jambo lisilokuwa la

kawaida kabisa. Walijitayarisha kupigana wakati jeshi lote na watu wote wa taifa la Israeli walipokuwa wanaonekana kama ambao watakuja kuwashambulia. Lakini wao wakazunguka mji tu mara moja na wakarudi kambini mwao.

Siku ya pili pia, Waisraeli hawakuwatupia hata jiwe moja. Waliuzunguka mji tu mara moja na wakarudi kambini mwao. Waliendelea kufanya hivyo kwa siku sita. Ni lazima watu wa Yeriko walishangazwa na kupigwa na butaa sana! Walishangazwa sana na mkakati huo ambao haukuweza kueleweka hata hawakuona maana ya hata kuwarushia mshale watu wa Israeli.

Watu wa Yeriko waliendelea kuwa na wasiwasi zaidi wakiwatazama Waisraeli wakizunguka ukuta wa mji kwa ujasiri na tarumbeta hivi kwamba hawakuweza hata kufikiri kuwashambulia.

Kama wangekuwa wamewashambulia, mambo yangekuwa tofauti. Lakini waliwaogopa Waisraeli sana waliovuka Mto Yordani kwa kazi ya Mungu hivi kwamba hawakuweza kufanya lolote kabisa. Ni lazima walikuwa wanafikiri kwamba Waisraeli walikuwa na aina fulani ya mkakati maalumu. Ni kwa sababu Mungu alikuwa amewafanya wawaogope Waisraeli kufikia kiasi cha kuwa hawakuweza kufanya lolote ila kutazama tu matendo yasiyoeleweka ya Waisraeli.

Hata hivyo siku ya saba, matendo yao yakabadilika. Walianza kuuzunguka mji asubuhi mapema. Wakauzunguka mara saba. Kisha baada ya makuhani kupiga tarumbeta, Yoshua akatoa ishara.

Yoshua akawaambia watu, "Pigeni kelele! Kwa maana

BWANA amewapeni mji huu" (Yoshua 6:16).

Watu walipoanza kupiga kelele kwa sauti kubwa kwa ishara aliyowapa Yoshua, jambo la kushangaza kweli lilifanyika. Kuta mbili za mji zilizoonekana madhubuti zisizoweza kuvunjika pamoja na askari wengi sana zilianza kuanguka tu mara moja.

Hebu fikiri tu hilo tukio la kushangaza.

Haiwezekani kwa ukuta wowote wa mji au jengo kuanguka bila mtikiso au shinikizo la aina yoyote kuwekwa juu yake. Lakini hizi kuta mbili, ambazo unene wa mmoja ulikuwa mita 1.8 na wa huo mwingine mita 3.3, zilianguka chini tu bila kuguswa na hata kidole.

Kwa kelele za watu wa Israeli, ukuta wa mji uligeuka vilima vya mawe kwa ngurumo za kuanguka na vumbi likatimuka kuifunika mbingu. Ndani ya huo mji mlikuwa na vurugu. Pamoja na kelele za wale waliokuwa wameangukiwa na huo ukuta uliovunjika, watu na askari kule ndani walikuwa wakikimbia hapa na pale tu. Wana wa Israeli waliweza kushinda mji huu kirahisi sana.

Katika maisha yetu tunaweza kukutana na matatizo ambayo huonekana kama ukuta usioweza kuvunjika wa mji wa Yeriko. Hata kunapoonekana kuwa hakuna suluhisho, wale wenye kudhamiria watajaribu wawezavyo kutatua hayo matatizo. Lakini hata hao watu pia hushindwa na la kufanya wakipatwa na matatizo yaliyozidi uwezo wa mwanadamu. Hatimaye, wataanguka na kuzimia kwa kuvunjika moyo.

Lakini watoto wa Mungu wenye imani hawana wasiwasi na jambo lolote. Wanaamini hata mambo yasiyowezekana kwa mwanadamu kwa uwezo wa Mungu yanawezekana. Watachanganua mapenzi ya Mungu ni yapi na watende kwa imani. Kisha, Mungu atatatua matatizo yao yote kama alivyosimamisha Mto Yordani na kuuharibu mji wa Yeriko.

Zaburi 20:7 inasema, "Hawa wanataja magari na hawa farasi, bali sisi tutalitaja jina la BWANA Mungu wetu." Kama ilivyoandikwa, kama hatutategemea njia za ulimwengu za ujuzi, lakini tumtegemee Mungu na kusonga mbele kwa imani, Mungu atatupigania na kutuongoza.

Hukumu ya Haki ya Mungu na Kushindwa kwa Yeriko

Wana wa Israeli hawakuchukua nyara zozote za kibinafsi katika huo mji. Vitu vingine walivichoma na vingine wakamtolea Mungu. Kwa sababu vilikuwa vitu ambavyo walikuwa wamevipata kwa mara ya kwanza katika Nchi ya Ahadi, walivitoa kwa Mungu. Hili ni kama kumpa Mungu malimbuko ya mapato yetu.

Isipokuwa Rahabu, aliyekuwa amewaokoa wapelelezi Waisraeli, na jamaa zake, Waisraeli waliua kila mtu na kila mnyama ndani ya Yeriko. Wengine wanaweza kusema ulikuwa ukatili kuua watu wote katika mji huo, lakini kulikuwa na sababu ya kufanya hivyo.

Ilikuwa lazima kwao kuua kila mtu na kila mnyama katika mji wa Yeriko ili waweze kuhifadhi utakatifu wa Waisraeli. Watu wa Kanaani walikuwa wanaishi katika mtindo wa maisha ulioharibika kabisa na wa dhambi. Hasa, walikuwa makahaba kwa kuabudu sanamu.

Kama wana wa Israeli wangewaruhusu kuishi na kukaa katikati yao, wangekuwa wamechafuliwa na dhambi na hatimaye wangekuwa wamekufa. Kwa sababu hiyo Mungu hakuwa na chaguo lingine ila kuwaacha watu wote wa Yeriko wauawe.

Nawe angamiza mataifa yote atakayokupa BWANA, Mungu wako; jicho lako lisiwahurumie, wala usiitumikie miungu yao; kwani litakuwa ni mtego kwako jambo hilo (Kumbukumbu la Torati 7:16).

Wale ambao hawaelewi hali hii wanaweza kufikiri kwamba kushindwa kwa Nchi ya Kanaani ni jambo ambalo si la haki. Ni kwa sababu tayari kulikuwa na watu waliokuwa wakiishi katika nchi hiyo, lakini Mungu akachukua nchi yao na kuipa Israeli tu, na hata akaamuru Israeli iue kila mtu katika hiyo nchi.

Lakini kushindwa kwa Nchi ya Kanaani hakukuwa tu kwa sababu ya kuwapa Waisraeli nchi hiyo. Kulikuwa pia matokeo ya adhabu ya haki juu ya Wakanaani waliokuwa wanaishi katika dhambi nyingi sana.

Katika Mwanzo sura ya 15, Mungu alimwahidi Ibrahimu kwamba watu wa Israeli wangeingia Nchi ya Kanaani. Wangefanywa watumwa kule Misri na kisha warudi, na wakati ulikuwa bado haujafika. Mungu alisema ilikuwa kwa sababu, "Haujatimia uovu wa Waamori bado" (kif. 16).

Katika hukumu ya haki ya Mungu, kama dhambi ya watu imefikia kiwango fulani, Mungu lazima atoe hukumu na hakuna lingine ila adhabu. Ni kwa sababu kama dhambi itaachwa bila kutibiwa, itaenea haraka kama ugonjwa wa kuambukiza.

Mifano ya visa hivi ni adhabu ya moto na kiberiti juu ya Sodoma na Gomora, gharika ya wakati wa Nuhu, na kuangamizwa kwa Pompeii.

Mji wote wa Pompeii ulifunikwa na kufoka kwa volkano kwa ghafula sana. Tunapoona mabaki , tunaweza kuona kwamba watu katika mji huo walikuwa wameharibika sana kidini na kimaadili hata ikabidi waadhibiwe.

Ilikuwa miaka maelfu iliyopita, lakini Mungu alikuwa amempatia Musa amri za kukataza kujamiana au kufanya ngono na wanyama na ngono ya jinsia moja (Mambo ya Walawi 18:22-23, 20:13-16). Inatwambia kwamba kulikuwa na mambo kama hayo wakati huo.

Biblia pia inanakili kwamba wale waliomtumikia Moleki, Baali, au Ashera walijidhuru wenyewe, walichoma watoto wao kama sadaka, na kufanya matendo ya uzinifu mbele ya hizo sanamu (Kutoka 34:15; Mambo ya Walawi 18:21, 20:5; Kumbukumbu la Torati 31:16).

Vivyo hivyo, Wakanaani pia walikuwa wameharibika sana hivyo basi walikuwa ni lazima waadhibiwe. Njia ya adhabu ilikuwa tofauti na ile ya Sodoma na Gomora au Pompeii; waliangamizwa na wana wa Israeli, wateule wa Mungu. Hata hivyo, Mungu hakuwaadhibu mara moja. Alingojea kwa saburi na akawapa nafasi nyingi mpaka hatimaye dhambi zao zikaenea kufikia kiasi ambacho ilibidi awaadhibu. Aliwapatia nafasi nyingi sana za kubadilika mpaka mwisho kabisa.

Kwa mfano, wakati wa nabii Yona, Mungu alimwamuru aende mji wa Ninawi akatangaze adhabu ya Mungu ili waweze kutubu. Ingawa ilikuwa mji mkuu wa Ashuru, ambayo ilikuwa nchi adui kwa Israeli, watu wa Ninawi walipotubu dhambi zao, Mungu aliwapa neema na hakuuangamiza ule mji.

BWANA amejaa huruma na neema, haoni hasira upesi, ni mwingi wa fadhili (Zaburi 103:8).

Mungu aliwapa watu wa Yeriko nafasi nyingi na akawavumilia kwa muda mrefu, lakini hawakutubu. Mwishowe ilibidi waangamizwe.

Wokovu wa Rahabu na Jamaa Yake

Kuna kisa kingine kimoja hasa ambacho kwa hicho tunaweza kuhisi rehema na huruma za Mungu. Ni Rahabu kahaba aliyewasaidia wale wapelelezi wawili waliotumwa kupeleleza mji. Rahabu aliposikia kuhusu kazi za Mungu zilizoonyeshwa kupitia Israeli, aliamwamini Mungu na kuwaficha wale wapelelezi.

Na walimwahidi kwamba wangemwokoa yeye na jamaa yake wakati watakapoichukua Yeriko, lakini kwa sharti moja. Ni lazima afunge uzi mwekundu, uliotumiwa na kuwaokoa wale wajumbe, katika dirisha lake, na yeye na jamaa yake walipaswa kukaa ndani ya nyumba yake. Hili ndilo lililokuwa sharti la wao kulindwa katika fujo za vita.

Hii ilikuwa sawa na pigo na vifo vya wana wa kwanza wakati ule wa Kutoka. Wana wote wa kwanza wa Misri walipouawa katika usiku mmoja, hakuna mwana wa kwanza wa Israeli hata mmoja aliyeuawa. Hata wakati huo pia kulikuwa na sharti. Walilazimika kupaka damu ya mwana kondoo juu ya miimo miwili na kizingiti, na walipaswa kukaa ndani ya nyumba ili Mungu awalinde.

Hili kiroho hutuambia kanuni ambayo kwa hiyo watoto wa Mungu wanalindwa kutoka kwa majanga ya ulimwengu. Leo, dhambi zimeenea na kuna aina nyingi za majanga. Kwa hivyo watu wengi huteseka na kufa ndani ya vita, njaa, matetemeko ya ardhi, tufani na vimbunga, mafuriko, na magonjwa mbalimbali.

Lakini kupitia damu ya thamani ya Yesu, watoto wa Mungu huhifadhiwa na Mungu ili wasikabiliwe na majanga yoyote. Sharti ni kwamba ni lazima wakae ndani ya damu ya thamani ya Yesu. Waisraeli walipaka damu juu ya miimo na kizingiti na hawakutoka nje, na vivyo hivyo Rahabu na jamaa yake waliweka uzi mwekundu kwenye dirisha na hawakutoka nje. Kwa njia hiyo hiyo, ili tuweze kulindwa ni lazima tuishi katika neno la Mungu na ni lazima tusitoke nje ya neno na kuushika urafiki ulimwengu.

1 Yohana 3:24 inasema, "Naye azishikaye amri zake hukaa ndani yake yeye naye ndani yake. Na katika hili tunajua ya kuwa anakaa ndani yetu, kwa huyo Roho aliyetupa." Tunaposhika amri, Bwana anaweza kuwa pamoja nasi na tunaweza kulindwa wakati wote. Leo, kuna waamini wengi, lakini bado wanapatwa na mitihani na majaribu kwa sababu hawaelewi hii jambo hili.

Kwamba utaisikiza kwa bidii sauti ya BWANA, Mungu wako, na kuyafanya yaliyoelekea mbele zake, na kutega masikio usikie maagizo yake, na kuzishika amri zake, mimi sitatia juu yako maradhi yo yote niliyowatia Wamisri; kwa kuwa Mimi ndimi BWANA nikuponyaye (Kutoka 15:26).

Ingawa Rahabu alikuwa kahaba, Mungu alimhifadhi mtu kama huyo kutoka kwa adhabu kwa sababu alikuwa na moyo mzuri na alimcha yeye. Zaidi ya hayo, kwa sababu ya mtu mmoja Rahabu, maisha ya wazazi wake, ndugu na dada zake, na jamaa zake waliweza kuokolewa.

Pia, Rahabu alikuwa mwanamke wa Mataifa, lakini alipokea baraka za kuwekwa katika ukoo wa Yesu kwa imani yake kwa Mungu. Mungu aliwaongoza hawa watu wenye mioyo mizuri kupata wokovu hata katika hali ambapo alilazimika kuadhibu mji wa Yeriko kwa sababu ya dhambi zao.

Unabii wa Yoshua kuhusu Kujengwa Tena kwa Yeriko

Kuna kisa kingine cha kushangaza kinachohusiana na Yeriko. Baada ya kuharibu Yeriko kwa amri ya Mungu, Yoshua aliapa kwamba Yeriko haingeweza kujengwa tena.

Na alaaniwe mbele za BWANA mtu yule atakayeinuka na kuujenga tena mji huu wa Yeriko; ataweka msingi wake kwa kufiliwa na mzaliwa wa kwanza wake, tena atayasimamisha malango yake kwa kufiliwa na mtoto wake mwanamume aliye mdogo (Yoshua 6:26).

Neno la Yoshua kwa hakika lilihakikishwa na Mungu kwamba litatimia kama lilivyosemwa wakati wa Mfalme Ahabu, kama miaka 500 baadaye.

1 Wafalme 16:34 inasema, "Katika siku zake, Hieli

Mbetheli akajenga Yeriko: akatia misingi yake kwa kufiwa na Abiramu mzaliwa wake wa kwanza, na kuyaweka malango yake kwa kufiwa na mwana wake mdogo Segubu; sawasawa na neno la BWANA alilolinena kwa Yoshua mwana wa Nuni."

Wanadamu wanaweza kusahau au kumbukumbu zao zinaweza kufifia baada ya muda, lakini neno la Mungu halibadiliki kamwe hata baada ya muda, na yeye huhakikisha maneno ya manabii wake.

Sura ya 8

"Wamevunja Agano Langu"

- Dhambi ya Akani -

Yoshua 7:10-13

BWANA akamwambia Yoshua, "Haya Inuka! Mbona umeanguka kifudifudi hivi? Israeli wamefanya dhambi, naam, wamelivunja agano langu nililowaagiza. Naam, wametwaa baadhi ya vitu vilivyowekwa wakfu; tena wameiba. Tena wameficha na kuvitia pamoja na vitu vyao wenyewe. Ndiposa wana wa Israeli hawawezi kusimama mbele ya adui zao; wakawapa visogo adui zao, kwa sababu wamelaaniwa. Mimi sitakuwa pamoja nanyi tena, msipokiharibu kitu kile mlicho nacho kilichowekwa wakfu. Haya inuka! Uwatakase watu, ukaseme, Jitakaseni, mwe tayari kesho; maana BWANA, Mungu wa Israeli, asema hivi; Kitu kilichowekwa wakfu kiko katikati yako, Ee Israeli. Huwezi kusimama mbele ya adui zako, hata mtakapokiondoa kile mlicho nacho kilichowekwa wakfu.""

Kupitia kwa ushindi wao kule Yeriko, wana wa Israeli walijaa nguvu na wakaenda kushambulia mji wa Ai. Lakini wakati huo walipuuza jambo fulani. Hawakushinda mji wa Yeriko kwa sababu ya uwezo wao mkuu, bali ni kwa sababu Mungu alikuwa pamoja nao.

Basi baadaye, waliposhambulia Ai, hawakupaswa tu kushambulia mji huo kwa kutegemea maoni yao wenyewe, bali wangekuwa wajua mapenzi ya Mungu kwanza. Lakini kwa sababu Ai ulikuwa mji mdogo, walitegemea nguvu zao na uwezo wao wenyewe.

Kushindwa huko Ai

Wajumbe walioupeleleza mji wa Ai walimwambia Yoshua, "Wasiende watu wote, ila waende watu kama elfu mbili,tatu wakaupige; usiwataabishe watu wote kwa kuwaendesha huko; maana watu hao ni wachache tu" (Yoshua 7:3). Kwa sababu waliushinda mji wa Yeriko ambao ulikuwa hauwezi kuvunjika kirahisi, walifikiri Ai haitakuwa tatizo kwao.

Kwa kweli, kama lingekuwa jambo gumu sana kama kuchukua Yeriko, wangekuwa wamemwomba Mungu kwanza.

Lakini walifikiri wangeushinda mji wa Ai tu kwa nguvu zao wenyewe. Hapa ndipo Yoshua alipofanya kosa kubwa. Bila kujaribu kujua mapenzi ya Mungu, alifanya tu uamuzi baada ya kusikia ripoti ya wajumbe tu peke yake. Walipovuka Mto Yordani na kushinda Yeriko, walimsikiliza Mungu, lakini wakati huu aliwasikiliza wanadamu peke yao.

Aliposikia ripoti ya wajumbe, watu elfu tatu peke yake walienda kupigana, na Israeli ikashindwa kikatili. Walifukuzwa na watu wa Ai, na watu thelathini na sita wakafa katika vita hivyo.

Walifikiri Mungu alikuwa pamoja nao na hakika wangeshinda, lakini walipata majeraha bila kuushinda mji mdogo wa Ai. Ulikuwa mshtuko mkubwa kwao. Haikuwa kushindwa tu peke yake: lilikuwa tatizo kubwa kwa sababu Mungu hakuwa pamoja nao tena.

Hiyo ndiyo sababu Yoshua 7:5 inasema, "Watu wa Ai wakawapiga watu kama thelathini na sita; wakawafuatia kutoka mbele ya mlango mpaka Shebarimu, wakawapiga huko kwenye matelemko; mioyo ya watu ikayeyuka, ikawa kama maji."

Kwa sababu tu Waisraeli walikuwa wamekuvuka Mto Yordani na kushinda mji wa Yeriko, haikumaanisha kwamba kushinda Nchi ya Kanaani kulikuwa kumekamilika. Katika vita vya kuendelea vilivyokuwa vitafuata, walipaswa kuwa macho na kupokea msaada wa Mungu.

Kawaida, hata katika huu ulimwengu, watu wanapofanya jambo kubwa, wanafanya kwa makini na dhamira imara wakati wanapoanza. lakini mara tu wanaposhinda hali ngumu fulani, akili zao huwa na ulegevu zaidi. Wanakuwa wavivu au na majivuno na hatimaye wanashindwa.

Sababu iliyowafanya Waisraeli wavuke Mto Yordani na kushinda mji wenye nguvu Yeriko kirahisi sana si kwa sababu walikuwa na uwezo mkuu, bali Mungu alikuwa pamoja nao. Walisahau ukweli huu na wakashindwa vibaya sana katika vita vyao na mji mdogo wa Ai.

Dhambi ya Akani

Yoshua akararua mavazi yake, akaanguka kifudifudi mbele ya sanduku la BWANA hata jioni, yeye na wazee wa Israeli; wakatia mavumbi vichwani mwao. Akatubu mbele za Mungu akichukua jukumu kama kiongozi.

Ee BWANA, niseme nini baada ya Israeli kuwapa visogo adui zao? Maana Wakanaani na wenyeji wote wa nchi hii watasikia habari hii, nao watatuzingira, na kulifuta jina letu katika nchi. Nawe utafanya nini kwa ajili ya jina lako kuu? (Yoshua 7:8-9)

Kwa sababu walijua Mungu alikuwa pamoja nao, Israeli ingekuwa na ujasiri mbele ya adui zake na hiyo ndiyo sababu Wakanaani walikuwa wanawaogopa. Lakini walipoona kwamba wameshindwa huko Ai, walihisi kwamba hiyo ilikuwa ishara ya hakika kwamba Mungu alikuwa ameiacha Israeli. Ikiwa Mungu ameiacha Israeli, hakungekua na njia nyingine kwao ila kuangamizwa na adui katikati ya uwanda wa vita.

Yoshua aliurarua moyo wake na akamsihi Mungu kwa kuwa hakuelewa kwa nini jambo kama hilo lilifanyika na atafanya nini. Vivyo hivyo, tunapokuwa na tatizo lolote nyumbani, kazini, au katika biashara, ni lazima tuelewe kwamba tuna hilo tatizo. Ni lazima tujiangalie wenyewe na tupate kujua ni jambo gani lilikuwa mbaya machoni mwa Mungu na tulitubie.

Yoshua alipoanguka chini mbele ya sanduku la BWANA pamoja na wazee wa Israeli, Mungu alimwambia sababu ya Israeli kushindwa.

Mungu aliwaambia Waisraeli wamtolee Mungu kila kitu watakachopata kutoka Yeriko, mji wa kwanza walioshinda, lakini mtu mmoja kati ya wana wa Israeli hakutii (Yoshua 7:11-12). Mungu pia alisema hatakuwa pamoja na Israeli mpaka hilo tatizo walitatue.

Hapa, Mungu hakuwaambia moja kwa moja huyo mtu alikuwa nani lakini akawaambia wamtafute kwa kutumia mfumo wa kupiga kura.

Yoshua akapitisha amri ya Mungu kwa watu na akawaambia wajitakase. Muda ulikuwa umeenda tayari kwa kuwa walikuwa wameshindwa tayari, lakini bado iliwabidi wageuke na watatue hilo tatizo la dhambi katikati ya wana wa Israeli.

Haya inuka! Uwatakase watu, ukaseme, "Jitakaseni, mwe tayari kesho; maana BWANA, Mungu wa Israeli, asema hivi; 'Kitu kilichowekwa wakfu kiko katikati yako, Ee Israeli.

Huwezi kusimama mbele ya adui zako, hata mtakapokiondoa kile mlicho nacho kilichowekwa wakfu'" (Yoshua 7:13).

Asubuhi iliyofuata, walipopiga kura kati ya kabila zote za Israeli, mbari ya Yuda ikatwaliwa. Katikati ya kabila la Yuda, jamaa ya Wazera ikatwaliwa, na kutoka kwao, watu wa Zabdi wakatwaliwa. Mwishowe, Akani akatwaliwa kutoka kwa wanaume wa Zabdi.

Uwezekano wa kutwaliwa na kura iko sawa kwa kila mtu. Tukiwapigia kura watu mia moja, uwezekano wa kutwaliwa ni 1/100. Lakini Mungu alimchagua huyu mtu Akani kwa usahihi. Akani ndiye aliyefanya dhambi katikati ya watu zaidi ya milioni.

Mithali 16:33 inasema, "Kura hutupwa katika mikunjo ya nguo, lakini hukumu zake zote ni za BWANA." Haikuwa sadifa bali kazi ya Mungu mwenyewe. Kwa hivyo, kuanzia wakati huo, watu wa Israeli mara nyingi walipiga kura walipofanya jambo katika jina la Mungu.

Yaani, kura hizi zilifanyika wakati walipokuwa wanagawa Nchi ya Kanaani, wakati Yona alipokabiliwa na dhoruba kali alipokuwa anakimbia kwenda Tarshishi akikataa kufanya kazi ya Mungu, na wakati walipomchagua mwanafunzi aliyechukua nafasi ya Yuda Iskariote (Yoshua 18:10, 19:51; Yona 1:7; Matendo 1:26).

Kwa kuona tu utaratibu wa kufunua dhambi ya Akani, tunaweza kuelewa kwa mara nyingine kwamba Mungu anajua kila kitu waziwazi kabisa na anatawala kila kitu.

Yoshua akamwambia Akani, "Mwanangu, nakusihi, umtukuze BWANA, Mungu wa Israeli, ukaungame kwake; uniambie sasa ulilolitenda. Usinifiche" (yoshua 7:19).

Nilipoona katika nyara joho nzuri ya Babeli, na shekeli mia mbili za fedha, na kabari ya dhahabu, uzani wake shekeli hamsini, basi nalivitamani nikavitwaa; tazama, vimefichwa mchangani katikati ya hema yangu, na ile fedha chini yake (Yoshua 7:21).

Akani alichaguliwa bila kuweza kuepuka na kura iliyoamriwa na Mungu. Yoshua alipomwambia amwambie ukweli, hangeweza kuficha yale aliyokuwa amefanya na akaungama kwamba alikuwa ameficha vile alivyochukua chini ya ardhi ndani ya hema yake.

Kupitia kwa hili, ni lazima tukumbuke kwamba Mungu hakuwa na watu wote wa Israeli kwa sababu ya dhambi ya mtu mmoja. Katika Mhubiri 9:18, sehemu ya mwisho inasema, "Lakini mkosaji mmoja huharibu mema mengi."

Hata leo wakati mwingine shirika zima linalazimika kuchukua jukumu kwa mabaya ambayo yamefanywa na mmoja wao. Ufisadi wa mfanyakazi mmoja wa serikali hushusha jina la wafanya kazi wote wa serikali. Katika jeshi, kikosi kizima cha askari kinaweza kupokea aina fulani ya adhabu kwa sababu ya makosa ya mtu mmoja.

Alichokuwa anataka Mungu ni utakaso kamili wa Israeli

yote na utiifu kamili. Mtu mmoja akikosa kutii, angemfanya Mungu kuacha Israeli kwa jumla.

Mji wa Ai Unashindwa

Ili iweze kutatua hili tatizo, Israeli ililazimika kuangamiza alama za dhambi kabisa na kuvunja ukuta wa dhambi uliokuwa umesimama kati yao na Mungu. Yoshua aliwaambia wamchukue Akani pamoja na fedha, na lile joho, na ile kabari ya dhahabu aliyokuwa amechukua, pamoja na jamaa yake, mifugo yake, na vitu vyote alivyokuwa navyo hadi bonde la Akori. Israeli yote ikampiga mawe na vitu vyote alivyokuwa navyo na wakavichoma. Wakakusanya juu yake chungu kubwa ya mawe, na kwa hivyo jina la pale mahali likaitwa 'bonde la Akori' hata hivi leo.

Mtu anaweza kufikiri kwamba ulikuwa ukali mkubwa sana kumpa adhabu kama hiyo kwa sababu tu ya kuiba joho na fedha na dhahabu. Lakini, katika Kutoka 22 tunaona adhabu ya kuiba. Mwizi ni lazima alipe mara mbili zaidi ya kile kiasi alichoiba, au kulingana na kitu kilichoibwa, ni lazima alipe mara nne au tano zaidi.

Lakini hapa, dhambi ya Akani haikuwa kuiba tu kwa kawaida. Aliiba kile ambacho kilikuwa kimetengewa Mungu peke yake. Maanake ni kwamba hakumcha Mungu kabisa, ambayo maanake ni kwamba alilichukua jina la Mungu bure na hakumwamini. Ni baada ya Israeli kutatua hilo tatizo la dhambi peke yake ndipo Mungu akawaambia kwa utondoti jinsi watakavyoushambulia mji wa Ai (Yoshua sura ya 8).

Mkakati ambao Mungu aliipa Israeli, kiini chake kilikuwa Israeli ijifanye kwamba inashindwa na warudi nyuma huku wakiwa bado wanapigana ili walivute jeshi la adui nje ya mji wa Ai. Kisha, askari wengine wa Israeli watakaokuwa wamejificha kuvizia karibu na mji wataingia mjini, na kuuchukua, na kuuchoma.

Yoshua alifuata neno la Mungu. Aliweka askari wengine wavizie upande wa magharibi wa mji, na akaongoza askari wengine waungane naye kupigana na mji upande wa kaskazini. Punde tu wakaanza kurudi nyuma. Kwa kuwa watu wa Ai walikuwa wameshinda vita vya awali tayari, walikosa uangalifu kabisa. wakaacha malango yao wazi na kuwafuatia askari wa Israeli.

Wakati huu, Yoshua akatoa ishara kwa kunyosha mkuki wake, na askari waliokuwa wanavizia wakainuka na wakaushika mji mtupu. Askari katika makundi mawili tofauti waliwashambulia askari wa Ai na wakawaangamiza kabisa.

Funzo Lililotolewa katika Kuishinda Ai

Tunaweza kujifunza mambo kadhaa muhimu kutoka kwa utaratibu uliotumiwa katika kuushinda mji wa Ai. La kwanza ni kwamba katika kila kitu, ni lazima tujue mapenzi ya Mungu.

Hawangekuwa wamefikiri tu, "Askari elfu mbili au tatu wanatosha kwa sababu ni mji mdogo," bali wangemwuliza Mungu la kufanya. Mpaka wakati walipshinda nchi zote kule Kanaani, walilazimika kuomba uwezo wa Mungu kwa mioyo na ni nyenyekevu.

Kimsingi, tunapopanga jambo na kujaribu kulitimiza, ni lazima tusikie sauti ya Roho Mtakatifu na tuongozwe na yeye kupitia maombi moto ili tuweze kuchanganua mapenzi ya Mungu.

Pia, ili tuweze kuenenda na Mungu, ni lazima tuache dhambi na uovu kikamilifu na tutakaswe. Sababu iliyoifanya Israeli ishindwe kule Ai mara ya kwanza si kwamba watu wa Ai walikuwa wakubwa na wenye nguvu. Ilikuwa kwa sababu Mungu hakuwa pamoja nao kwa sababu ya dhambi ya Akani. Na ni baada ya kuondoa dhambi hii kutoka Israeli peke yake ndipo walipoweza kushinda kwa msaada wa Mungu.

Moja wapo ya makosa ya kawaida ambayo wanadamu hufanya ni kwamba tuna umakini sana kutimiza kazi za Mungu hata wakati mwingine hatupambanui mapenzi ya Mungu, ambalo ndilo jambo muhimu zaidi.

1 Wathesalonike 4:3 inasema, "Maana haya ndiyo mapenzi ya Mungu, kutakaswa kwenu." Lakini kwa Waisraeli wakati huo, walifikiri jambo la muhimu lilikuwa kushambulia mji wa Ai upesi na kuushinda. Lakini jambo muhimu kwa Mungu ni kwamba watu wa Israeli waache dhambi na wahifadhi utakatifu wao kama wateule wa Mungu.

Hata leo ni vivyo hivyo. Hata ingawa tunafanya kazi sana kwa ajili ya ufalme wa Mungu, ni lazima kila mara tuangalie maneno yetu na matendo yetu ili tuache dhambi, ili tuweze kutafuta amani na kila mtu na tupate utakaso.

Tunaposafisa mioyo yetu na kupokea mwongozo wa Roho

Mtakatifu ili tutii yale ambayo kwa kweli Mungu anataka, hapo peke yake ndipo tunaweza kuvuna matunda mazuri na mengi katika kila kitu na kumpa utukufu Mungu.

Tangazo juu ya Mlima Gerizimu na Mlima Ebali

Yoshua hakuendelea tu kwenda mbele kuchukua Nchi ya Kanaani iliyobaki bali yeye na hao watu walijenga madhabahu mbele ya Mungu. Huu ulikuwa sehemu ya wosia wa mwisho wa Musa

Angalieni, nawawekea mbele yenu hivi leo baraka na laana; baraka ni hapo mtakapoyasikiza maagizo ya BWANA, Mungu wenu, niwaagizayo leo; na laana ni hapo msiposikiza maagizo ya BWANA, Mungu wenu, mkikengeuka katika njia niwaagizayo leo, kwa kuandama miungu mingine msiyoijua. Tena itakuwa, atakapokuleta BWANA, Mungu wako, na kukutia katika nchi uendeayo kuimiliki, ndipo uiweke baraka juu ya mlima wa Gerizimu, na laana uiweke juu ya mlima wa Ebali (Kumbukumbu la Torati 11:26-29).

Katikati ya Nchi ya Kanaani, kulikuwa na milima miwili. Mmoja uliitwa Gerizimu na ule mwingine ulikuwa Ebali. Musa akamwuliza Yoshua awatangazie watu amri za Mungu kwa mara nyingine tena mahali hapa.

Kwa sababu walikuwa wamepitia tukio la kushindwa kwa sababu ya dhambi ya Akani, yumkini Yoshua alihisi hitaji la kufundisha watu sheria ya Mungu tena. Sheria hii ni ile waliyokuwa wamepewa na Musa.

Yoshua akajenga hiyo madhabahu, akawagawanya Waisraeli makundi mawili, na akaagiza kundi moja lisimame mbele ya Mlima Gerizimu na lingine Mlima Ebali. Na Walawi wakaanza kuwatangazia watu Sheria ya Mungu kwa sauti kubwa.

Maneno ya baraka yalipotangazwa, watu wa kabila za Simeoni, Lawi, Yuda, Isakari, Yusufu, na Benyamini waliokuwa wamesimama Mlima Gerizimu walijibu kwa "Amina," na kwa ajili ya laana, watu wa kabila za Rubeni, Gadi, Asheri, Zebuluni, Dani, na Naftali walijibu na 'Amina" pale Mlima Ebali.

Hebu fikiria ni athari za aina gani tukio hili lililieta katika mioyo ya wana wa Israeli! Mamilioni ya watu walisimama katika makundi mawili, Sheria ya Mungu ikatangazwa kwa uzito, na watu wakajibu 'Amina' kwa matangazo yote ya baraka na laana.

Wale waliohudhuria sherehe hii tulivu yumkini walikumbuka amri za Mungu na walikuwa hawatamani kuzivunja 'mpaka kifo.' Hasa, waliona waziwazi kabisa, kupitia kwa kushindwa kule Ai, aina ya baraka na laana watakazozipata kulingana na kutii kwao au kutotii neno la Mungu.

Walifundishwa neno la Mungu na Musa mara nyingi sana, na sasa Yoshua angelisema kwa mara nyingine tena. Lakini Mungu aliifanya ivutie sana hivi kwamba watu wangeshika

Sheria katika vilindi vya mioyo yao.

Sheria ya Mungu ni muhimu sana. Hata ingawa walijifunza Sheria ya Mungu tena na tena, wakati mwingine walimwacha Mungu na wakafanya dhambi. Matokeo yake waliletewa njaa, vita, na kukandamizwa na nchi nyingine. Kila mara walitubu na kumtafuta Mungu katika nyakati za mateso, lakini walipokuwa na amani, walivunja Sheria tena.

Lakini tukipokea suluhisho kwa matatizo yetu na kukaa katika dhambi tena, Biblia inatuambia, kwamba tutapatwa na jambo kubwa zaidi kuliko hilo la awali. Baada ya Yesu kumponya aliyepooza, alimtaka kwamba asifanye dhambi tena (Yohana 5:14). 2 Petro 2:20 pia inasema, "Kwa maana wale waliokwisha kuyakimbia machafu ya dunia kwa kumjua Bwana na Mwokozi Yesu Kristo, kama wakinaswa tena na kushindwa, hali yao ya mwisho imekuwa mbaya kuliko ile ya kwanza."

Kile anachotaka Mungu kutoka kwa watoto wake si imani ya kulazimishwa ili wajiepushe na mateso na majanga tu. Anataka watoto wa kweli ambao wanauelewa moyo wa Mungu, wanashika amri zake na furaha na shukrani kwa ajili ya upendo wake, na wanajitakasa ili wafanane na Mungu mwenyewe.

Sura ya 9

Jua na Mwezi Vinasimama

- Ushindi wa Vita vya Gibeoni -

Yoshua 10:12-14

Ndipo Yoshua akanena na BWANA katika siku hiyo ambayo BWANA aliwatoa Waamori mbele ya wana wa Israeli, akasema mbele ya macho ya Israeli, "Wewe Jua, simama kimya juu ya Gibeoni; Na wewe Mwezi, simama katika bonde la Aiyaloni." Ndipo jua likasimama, na mwezi ukatulia, Hata hilo taifa lilipokuwa limekwisha jipatiliza juu ya adui zao. Hayo, je! Hayakuandikwa ndani ya kitabu cha Yashari? Basi jua likasimama kimya katikati ya mbingu, wala halikufanya haraka kuchwa kama muda wa siku nzima. Haikuwapo siku nyingine mfano wa siku hiyo katika siku zilizotangulia mbele yake wala katika hizo zilizoandama baada yake, hata ikawa yeye BWANA kuisikia sauti ya binadamu; kwa kuwa BWANA alipiga vita kwa ajili ya Israeli.

Wakati huo Israeli ilipokuwa inaingia Nchi ya Kanaani, kulikuwa na kabila saba kubwa za wenyeji zilizokuwa zimekaa katika hizo nchi. Nazo ni Wakanaani, Wahiti, Wahivi, Waperizi, Wagirgashi, Waamori na Wayebusi.

Wagirgashi walikuwa wanyonge kuliko wale wengine na baadaye waliunganishwa na hizo kabila nyingine. Kwa hivyo, wakati mwingine, Biblia inataja kabila sita peke yake na kuacha Wagirgashi. Zaidi ya hizo, kulikuwa na Wafilisti, Waamaleki, na Wakeni waliokuwa karibu na Nchi ya Kanaani.

Mji wa Ai ulio katika sehemu ya katikati ya Kanaani ulipochukuliwa, hao watu tofauti tofauti wa Kanaani waliogopa na wakajaribu kutafuta suluhisho. Wahiti, Waamori, Wakanaani, Wahivi, na Wayebusi wakakubaliana kwamba wangeunda jeshi moja la kupigana na taifa la Israeli.

Lakini kabila nyingine zilijaribu njia nyingine.

Uongo wa Gibeoni wa Kutaka Mkataba wa Amani

Siku moja wageni walikuja katika kambi ya Israeli wakitaka kuweka agano la amani nao. Waisraeli walikuwa waangalifu nao na wakawauliza swali.

Basi watu wa Israeli wakawaambia hao Wahivi, "Labda mwakaa kati yetu; nasi tutawezaje kufanya agano nanyi?" (Yoshua 9:7)

Walisema wanatoka nchi ya mbali na walikuja kwa ajili ya mkataba wa amani kwa kuwa walisikia sifa za BWANA Mungu, yale aliyofanya kule Misri na jinsi alivyowafanya Waisraeli wawashinde baadhi ya watu wa Kanaani. Wahivi waliokuwa wanakaa Gibeoni walichagua kudanganya Israeli na kupata mkataba wa amani badala ya kupigana nao.

Wakati ule Wahivi walikuwa wanaishi katika maeneo mawili: eneo moja karibu na Mlima Hermoni upande wa kaskazini na lingine kule Gibeoni katikati ya Nchi ya Kanaani. Wahivi waliokuja kwa ajili ya mkataba wa amani walitoka Gibeoni. Kwa sababu hii Biblia wakati mwingine inawataja Wahivi kama watu wa Gibeoni.

Kwa kweli, Mungu aliwaamuru watu wa Israeli wasifanye maagano na watu wa Kanaani au kuwaonyesha upendeleo.

BWANA, Mungu wako, atakapokutia katika nchi uendayo kuimiliki, atakapoyang'oa mataifa mengi watoke mbele yako, Mhiti, na Mgirgashi, na Mwamori, na Mkanaani, na Mperizi, na Mhivi, na Myebusi, mataifa saba makubwa yenye nguvu kukupita wewe, wakati BWANA, Mungu wako, atakapowatoa mbele yako, nawe utawapiga; wakati huo ndipo uwaondoe kabisa; Usifanye agano nao, wala kuwahurumia (Kumbukumbu la Torati 7:1-2).

Sababu iliyomfanya Mungu awaambie wasifanye maagano yoyote na watu wa Kanaani ni hofu kwamba wanaweza pia kuchafuliwa na dhambi zilizokuwa zimejaa kule Kanaani. Kama ilivyotajwa tayari, kule Kanaani na nchi jirani watu walikuwa wakiwachoma watoto wao wenyewe kama sadaka kwa miungu yao hivyo basi wakafanya ukahaba.

Lakini kama watu wa kutoka mbali sana na Kanaani walitaka kupata amani na Israeli na kutumikia, Mungu alisema ni sawa kuwa na amani nao.

Lakini hawa watu waliokuwa wamekuja kumwona Yoshua walisema kwamba walikuwa wametoka nchi ya mbali sana, mkate waliokuja nao sasa umekauka na unavunjika vunjika na nguo zao, viatu na viriba vilikuwa vimechakaa.

Huu mkate wetu tuliutwaa ukali moto katika nyumba zetu, siku hiyo tuliyotoka kuja kwenu, uwe chakula chetu; lakini sasa, tazama, umekauka, na kuingia koga. Na viriba vyetu hivi, tulivyovitia divai, vilikuwa ni vipya; sasa, tazama, vimeraruka-raruka; na haya mavazi yetu na viatu vyetu vimekuwa vikuukuu kwa vile tulivyokuja safari ya mbali sana (Yoshua 9:12-13).

Basi, Yoshua akafanya huo mkataba wa amani nao bila kumwuliza Mungu au kuchunguza kesi hiyo kwa uangalifu.

Basi hao watu wakatwaa katika vyakula vyao, wala wasitake shauri kinywani mwa BWANA Naye Yoshua akafanya amani pamoja nao, na kufanya agano nao, ili kwamba waachwe hai; na wakuu wa mkutano wakawaapia (Yoshua 9:14-15).

Kosa kama lile lililofanywa wakati wa kupiga Ai lilifanywa tena. Waliamua la kufanya kwa kusikiliza tu ripoti za wapelelezi bila kuuliza mapenzi ya Mungu.

Gibeoni haikuwa mbali na kambi ya Israeli kule Gilgali. Mkate uliokauka na nguo zilizo chakaa vyote vilikuwa ushuhuda wa uongo. Siku tatu baadaye Waisraeli wakajua ukweli kwamba hawa watu walikuwa Wahivi waliokaa Gibeoni. Lakini, ilikuwa baada ya wao kufanya agano tayari.

Matokeo yake, walilazimika kuwapa Wahivi nchi za Gibeoni, ambazo walikuwa wanapaswa kuzichukua. Hata ingawa walidanganywa na wale watu, kwa kuwa waliapa mbele za Mungu, hawakuweza kuitangua.

Mbona ninyi mmetudanganya, huku mkisema, "Sisi tu mbali sana na ninyi," nanyi kumbe! Mwakaa kati yetu? (Yoshua 9:22)

Nao wakamjibu Yoshua, na kusema, "Ni kwa sababu ya sisi watumishi wako kuambiwa hakika, jinsi huyo BWANA, Mungu wako alivyomwamuru mtumishi wake Musa kuwapa ninyi nchi hii yote, na kuwaangamiza wenyeji wote wa nchi hii watoke mbele zenu; kwa sababu hii tuliogopa mno kwa ajili ya uhai wetu kwa sababu yenu, nasi tumefanya neno hili" (Yoshua 9:24).

Kwa sababu Israeli ilikuwa imeapa tayari mbele za Mungu, waliwaacha waishi. Lakini Yoshua akawafanya vibarua wa kawaida, 'wenye kupasua kuni' na 'wateka maji,' kwa ajili ya mkutano, na kwa ajili ya madhabahu ya BWANA (Yoshua 9:27).

Wengine wanasema kwamba Israeli ingelichukulia kuwa agano lililotanguka kwa kuwa watu wa Gibeoni waliwadanganya. Lakini aina yoyote ya kiapo kilichofanywa mbele ya Mungu lazima kifuatwe kivyovyote vile.

Vivyo ndivyo ilivyo hata tunapowekeana ahadi na mtu. Hata kama hiyo ahadi haitufaidi chochote au hata inatusababishia uharibifu, ni lazima tuitimize. Hata kama huyo mtu mwingine alitudanganya, ni sisi tulioruhusu tudanganywe, ambalo maanake ni, lazima tusivunje ahadi hiyo tu vivi hivi.

Mafunzo ya Kujifunza kutoka kwa Kisa hiki na Gibeoni

Kupitia kisa kule Gibeoni tunapaswa kutambua jinsi ilivyo muhimu kwamba kila tunachofanya lazima tufanye kwanza kwa kutambua mapenzi ya Mungu na kisha kuyafuata hayo.

Ingawa haikuwa makusudi, kama matokeo ya kufanya mkataba wa amani na watu wa Gibeoni, Israeli ilivunja amri ya Mungu iliyowaambia wasifanye maagano yoyote na watu wa Kanaani. Kama tu wangekuwa wameuliza ushauri wa Mungu, hawangekuwa wamefanya kosa la aina hii.

Katika maisha yetu, biashara zetu au katika mipango ya maagano, watu wengine wanaweza kujaribu kutudanganya. Hata hivyo, katika visa kama hivi hatuwezi tu kuwaacha watudanganye kwa sababu Biblia inatuambia 'tutafute manufaa ya wengine'(1 Wakorintho 10:24).

Kutafuta manufaa na uzuri wa wengine katika wema ni jambo moja, lakini kuwapa wengine manufaa huku tukikubali kudanganywa ni jambo tofauti kabisa. Tukiangalia ukweli unaoonekana wazi, tunaweza tusielewe nia mbaya za watu wengine na tudanganywe na kutapeliwa. Pia, tukifikiri tu kuhusu manufaa makuu tutakayopata, ni rahisi kuamini uongo wa wengine.

Kwa hivyo, jambo la muhimu ni kuchanganua mapenzi

ya Mungu kwa kuomba ushauri wake kupitia kwa maombi moto. Tukiwa na wema peke yake mioyoni mwetu bila kuwa na tamaa, basi tunaweza kupokea mwongozo wa Roho Mtakatifu. Kwa njia hii tunapata hekima ya Mungu na hata mtu mwingine akijaribu kutudanganya, Roho Mtakatifu atatufanya tutambue na atufundishe njia ya kujiepusha nao.

Tena, ni lazima tuelewe vile maneno yatokayo midomoni mwetu yalivyo muhimu.

Kwa sababu ya hiki kisa na Gibeoni, mamia mengi ya miaka baada ya kufanya agano nao, Israeli ililazimika kupitia janga. Kulikuwa na njaa ya miaka mitatu, na Daudi akaiombea. Mungu akasema ni kwa sababu Israeli ilivunja agano ililofanya na watu wa Gibeoni.

Yaani, Sauli, Mfalme wa kwanza wa Israeli, alijaribu kuwaangamiza watu wote wa Gibeoni hivyo basi akavunja agano ambalo Yoshua alifanya nao. Kwa hivyo kukawa na njaa katika Israeli yote. Hatimaye, njaa ilikwisha tu baada ya wao kuwaua watu saba wa uzao wa Sauli kama walivyoomba watu wa Gibeoni.

Katika Waamuzi sura ya 11, kuna mtu mwingine aliyejiletea uchungu mkali kwa maneno ya midomo yake. Mtu huyo ni Yeftha. Alipokuwa karibu na kupigana na wana wa Amoni, aliweka nadhiri kwamba Mungu akimpa ushindi, angetoa kama sadaka ya kuteketezwa mtu wa kwanza aliyekuja kumlaki aliporudi nyumbani.

Mungu hamkubali mtu kama sadaka ya kuteketeza, wala hakumwambia Yeftha atoe sadaka yoyote ya kuteketeza. Lakini kabla ya vita hivyo vikali Yeftha aliweka hii nadhiri na hatimaye akashinda vita dhidi ya wana wa Amoni.

Aliporudi nyumbani baada ya ushindi, binti yake wa pekee ndiye aliyekuwa wa kwanza kuja kumlaki. Alitoka nje ili amlaki babake kwa matari na kucheza.

Yeftha akasema, "Ole wangu! Mwanangu, umenitweza sana, nawe u mmoja miongoni mwa hao wanisumbuao; kwa kuwa mimi nimemfunulia BWANA kinywa changu, nami siwezi kurejea nyuma" (Yoshua 11:35).

Si binti yake peke yake, lakini hakuna mtu ambaye anaweza kutaka kufa kwa njia hiyo. Lakini Yeftha aliweka nadhiri ya kipuuzi ya kutoa sadaka uhai wa mwanadamu ili tu apate kile alichotaka. Kwa sababu hiyo, alilazimika kumtoa bintiye wa pekee kama sadaka ya kuteketeza.

Kama angevunja nadhiri hiyo kwa kukataa kumtoa binti yake kama sadaka ya kuteketeza, angekuwa ameingizwa katika shida kubwa na hali ngumu zaidi kuliko kumpoteza binti yake, kupitia kwa mashtaka ya Shetani. Uwezo wa neno ni mkubwa namna hiyo; hata mauti na uzima viko katika uwezo wa ulimi (Mithali 18:21).

Ni lazima siku zote tuwe waangalifu na maneno yetu ili tusiseme chochote ambacho kinaweza kumfanya Shetani alete mashtaka dhidi yetu. Ni lazima tuache maneno yote yasiyo na maana kama nadhiri za ovyo ovyo, maneno ya kulalamika, maneno ya chuki, maneno mabaya, au maneno ya kuhukumu watu na kuwahesabia hatia. Natuseme maneno ya kweli na wema peke yake ili tumpendeze Mungu.

Vita vya Sehemu ya Kusini ya Kanaani

Gibeoni ulikuwa mji uliokuwa na shughuli nyingi, kama tu miji ya kifalme, na wanaume wake wote walikuwa mashujaa. Ni mji huu uliofanya mkataba wa amani na Israeli ili waweze kuishi. Habari hizi ziliwashtusha watu wengine kule Kanaani na zikawafanya watetemeke. Pia, kwa kuwa hakukuwa na upinzani katika eneo la Gibeoni, jeshi la Israeli lingeweza kwenda upesi zaidi.

Basi, wafalme watano wa Waamori waliokaa karibu na Gibeoni wakaunda jeshi la muungano na wakashambulia Gibeoni, kwa sababu machoni mwao Gibeoni ilikuwa kama msaliti. Kwa kuwa watu wa Gibeoni hawangeweza kushinda jeshi la muungano, waliomba msaada kutoka Israeli.

Uje kwetu kwa upesi, utuokoe, na kutusaidia; kwa sababu wafalme wote wa Waamori wakaao katika nchi ya vilima wamekutana pamoja juu yetu (Yoshua 10:6).

Kama wengine wanavyosema, 'janga la mtu mmoja ni

nafasi nzuri kwa mwingine," jeshi la muungano la Waamori lingeweza kuwa tatizo kubwa kwa Israeli, lakini wakati huohuo lingeweza kuwa nafasi nzuri sana. Kushambulia miji ya Kanaani mmoja mmoja kungekuwa kumechukua muda mrefu, lakini kama wangeangamiza jeshi la muungano, wangeweza kuchukua miji mingi kwa wakati mmoja.

BWANA akamwambia Yoshua, Usiwache watu hao; kwa kuwa mimi nimekwisha kuwatia mikononi mwako; hapana mtu awaye yote miongoni mwao atakayesimama mbele yako" (Yoshua 10:8).

Gibeoni ilipoomba msaada, Mungu alisema alikuwa pamoja na Israeli. Basi, wakaenda upesi usiku na wakafanya mashambulizi yasiyotarajiwa dhidi ya wafalme wa Waamori. Majeshi ya muungano hayakuweza kulipiza na wakashindwa. Wakaanza kukimbia na Israeli ikawafukuza nyuma yao.

Wakati huu, Mungu aliwafanyia Waisraeli jambo la kushangaza. Waamori walipokuwa wanakimbia kutoka Gibeoni, walipokuwa katika mteremko wa Bethi-horoni, mawe makubwa ya barafu kutoka mbinguni yalianza kuwaangukia.

Wakati vitu hivi vinapoanguka kutoka mbinguni vitakuwa na nguvu ya kuongeza kasi, na ingawa ni makubwa huwa hayana nguvu pinzani na huwa na uwezo mkubwa wa uharibifu. Si kuua watu tu, bali yanaweza kuharibu hata majengo.

Hapo walipokuwa wakimbia mbele ya Israeli, hapo walipokuwa katika kutelemkia Beth-horoni, ndipo BWANA alipowatupia mawe makubwa kutoka mbinguni juu yao hata kufikilia Azeka, nao wakafa; hao waliokufa kwa kuuawa na hayo mawe ya barafu walikuwa ni wengi kuliko hao waliouawa na wana wa Israeli kwa upanga (Yoshua 10:11).

Hili lenyewe lilikuwa jambo la kushangaza kweli, lakini hawangeweza kusimama tu hapo kwa mshangao. Iliwabidi wafukuze jeshi la adui lililokuwa limebaki. Usiku ungeingia, ingekuwa rahisi kwao kujificha, kwa hiyo walikuwa ni lazima wamalize vita upesi jua likiwa bado liko.

Muujiza wa Jua na Mwezi Kusimama

Jua lilikuwa karibu kutua, na wangeweza kuona mwezi katika mbingu ya mashariki. Wakati ule, Yoshua alionyesha imani kubwa ya kutimiza amri ya Mungu.

Ndipo Yoshua akanena na BWANA katika siku hiyo ambayo BWANA aliwatoa Waamori mbele ya wana wa Israeli, akasema mbele ya macho ya Israeli, "Wewe Jua, simama kimya juu ya Gibeoni; Na wewe Mwezi, simama katika bonde la Aiyaloni" (Yoshua 10:12).

Ni mfalme gani wa dunia hii anaweza kutawala jua na mwezi? Badala ya kuamuru jua au mwezi, Waamori walikuwa wakitumikia na kuabudu jua na mwezi kama miungu yao! Kwa kumtegemea Mungu anayetawala kila kitu, Yoshua aliamuru jua na mwezi kule mbinguni visimame, na Mungu akampa neno lake.

Ndipo jua likasimama, na mwezi ukatulia, Hata hilo taifa lilipokuwa limekwisha jipatiliza juu ya adui zao. Hayo, je! Hayakuandikwa ndani ya kitabu cha Yashari? Basi jua likasimama kimya katikati ya mbingu, wala halikufanya haraka kuchwa kama muda wa siku nzima (Yoshua 10:13).

Kwa ujuzi wa kawaida wa mwanadamu haiwezekani jua na mwezi kusimama lakini hakuna lisilowezekana kwa uwezo wa Mungu Mwenyezi.

Yesu aliwaambia wanafunzi wake katika Mathayo 17:20, "Kwa sababu ya upungufu wa imani yenu. Kwa maana, amin, nawaambia, Mkiwa na imani kiasi cha punje ya haradali mtauambia mlima huu, Ondoka hapa uende kule; nao utaondoka; wala halitakuwako neno lisilowezekana kwenu."

Kwa kweli, Mungu haondoi tu mlima au kusimamisha jua

na mwezi wakati wowote atakapo. Hawezi tu kuvunja sheria na mpango wa kiasilia katika ulimwengu unaojiendesha katika upatanifu kamilifu kupitia kwa uumbaji wake.

Lakini kama ni lazima ili atimize mpango wa Mungu, na watoto wa Mungu wakionyesha imani ya kiroho, Mungu anaweza kufanya hata mambo makubwa zaidi kuliko kusimamisha jua na mwezi.

Kuhusu vita hivi, Yoshua 10:14 inasema, "Haikuwapo siku nyingine mfano wa siku hiyo katika siku zilizotangulia mbele yake wala katika hizo zilizoandama baada yake, hata ikawa yeye BWANA kuisikia sauti ya binadamu; kwa kuwa BWANA alipiga vita kwa ajili ya Israeli."

Yoshua na Israeli kwa upesi sana walishinda Makeda, Libna, Lakishi, Egloni, Hebroni, na Debiri, ambayo ilikuwa katika sehemu ya kusini ya Kanaani.

Yoshua akawapiga kutoka Kadesh-barnea mpaka Gaza, na nchi yote ya Gosheni, hata Gibeoni. Na wafalme hao wote na nchi zao Yoshua akatwaa, wakati huo, kwa sababu yeye BWANA, Mungu wa Israeli, alipigana kwa ajili ya Israeli (Yoshua 10:41-42).

Yoshua alipotumia mawazo yake mwenyewe na akatenda mambo kwa kutumia nadharia yake mwenyewe, alidanganywa na kufanya makosa. Lakini, alipouliza ushauri kutoka kwa Mungu na kutii mapenzi yake, aliweza hata kudhihirisha kazi ya kuogofya ya kusimamisha jua na mwezi.

Vivyo hivyo, tukimtazama mwenyezi Mungu peke yake na kusonga kwa imani na maungamo mazuri ya imani, tunaweza kuongozwa na kufikia mafanikio. Kama Yesu anavyoahidi katika Marko 9:23, "'Ukiweza?' Yote yawezekana kwake aaminiye," kazi za Mungu zisizoweza kufikirika zinaweza kufanyika kupitia sisi.

Ninatumaini sote tutajihami na maombi na neno ili tuweze kuchanganua mapenzi ya Mungu na kuyatii, ili siku zote tuweze kumtukuza Mungu katika maisha yetu.

Sura ya 10

"Nipatie Hii Nchi ya Vilima"

- Kujitoa kwa Kalebu -

Yoshua 14:10-12

"Sasa basi, angalia, yeye BWANA ameniweka hai, kama alivyosema, miaka hii arobaini na mitano, tangu wakati huo BWANA alipomwambia Musa neno hilo, wakati Israeli waliokuwa wakienenda barani; na sasa tazama, hivi leo nimepata miaka themanini na mitano umri wangu. Hata sasa mimi nina nguvu zangu hivi leo kama nilivyokuwa siku hiyo Musa aliyonituma; kama nguvu zangu zilivyokuwa wakati huo, na nguvu zangu ndivyo zilivyo sasa, kwa vita na kwa kutoka nje na kuingia ndani. Basi sasa unipe mlima huu, ambao BWANA alinena habari zake siku hiyo; kwani wewe ulisikia siku hiyo jinsi Waanaki walivyokuwa huko, na miji ilivyokuwa mikubwa yenye boma; yumkini yeye BWANA atakuwa pamoja nami, nami nitawafukuza watoke nje, kama BWANA alivyonena."

Katika utaratibu wa kupitia mambo mengi mbalimbali, Yoshua na wana wa Israeli waliongeza imani yao na wakaendeleza ushindi wa Nchi ya Kanaani. Baada ya vita katika sehemu ya kati pamoja na Yeriko, waliyashinda majeshi ya muungano ya wafalme wa sehemu ya kusini. Lakini bado walikuwa hawana budi kujitayarisha kwa ajili ya vita zaidi.

Habari kwamba Israeli ilikuwa imeshinda sehemu ya kusini ya Kanaani kwa uwezo wa Mungu zilienea upesi kwa watu wa sehemu ya kaskazini. Ni lazima Wakanaani walishangaa sana!

Sasa wakahisi uhitaji mkubwa wa kuungana kati yao ili waweze kupigana na Israeli. Kati ya viongozi alikuwamo Mfalme Yabini wa Hazori. Hazori ulikuwa mmoja wapo wa miji yenye nguvu zaidi. Mfalme akatuma wajumbe wake kwa nchi jirani na wakaunda jeshi la muungano dhidi ya Israeli.

Vita vya Sehemu ya Kaskazini ya Kanaani

Kisha ikawa, hapo huyo Yabini, mfalme wa Hazori, aliposikia habari ya mambo hayo, akatuma mjumbe aende kwa Yobabu, mfalme wa Madoni, na kwa mfalme wa Shimroni, na mfalme wa Akshafu, na hao wafalme waliokuwa upande wa kaskazini, katika nchi ya vilima, na katika Araba upande wa kusini wa Kinerethi, na katika Shefela, na katika nchi zilizoinuka za Dori upande wa magharibi, na kwa Mkanaani upande wa mashariki, na upande wa magharibi, na kwa Mwamori, na Mhiti, na Mperizi na Myebusi katika nchi ya vilima, na kwa Mhivi pale chini ya Hermoni katika nchi ya Mispa (Yoshua 11:1-3).

Wakati walipotoka wote na majeshi yao, walikuwa wengi kama mchanga wa pwani. Pia kulikuwa na farasi wengi na magari mengi, pia. Taifa la Israeli lilikuwa limezunguka jangwani kwa muda mrefu na wakati huu walikuwa wamepigana vita vingi pia. Walilazimika kusimama peke yao dhidi ya majeshi ya muungano. Wanaweza kuwa walivunjika moyo na kuogopa kama wangetegemea askari wao na nguvu zao.

Lakini wakati huu pia, Mungu aliwaahidi ushindi na akamtia moyo Yoshua.

BWANA akamwambia Yoshua, Usiche wewe kwa ajili ya hao; kwani kesho wakati kama huu nitawatoa hali wameuawa wote mbele ya Israeli; utawatema farasi zao, na magari yao utayapiga moto" (Yoshua 11:6).

Akiwa na ahadi ya ushindi, Yoshua na jeshi la taifa la Israeli walishambulia bila kutarajiwa, na bila kusitasita, mara tu walipopata neno la Mungu Kama Waisraeli wangekuwa wamesitasita wakiangalia uhalisi wa mambo, hawangekuwa wamesonga mbele kwa ujasiri mwingi namna hiyo.

Majeshi ya muungano yalikuwa yamepiga kambi karibu na maji, na ingawa waliamini uwezo wao wa kivita, walitiwa katika hali ya kuchanganyikiwa kwa hali ya juu. Ingawa Waisraeli walikuwa wachache sana, majeshi ya muungano hayakuweza kusimama mbele ya Waisraeli kwa kuwa Mungu alikuwa pamoja nao. Waisraeli waliyashinda majeshi ya muungano ya Wakanaani yote kwa wakati mmoja bila kuacha manusura wowote. Kama Mungu alivyoamuru, wakawatema farasi wao na wakachoma moto magari yao.

Pia, walichoma mji mkuu Hazori, ambao ulifanya kazi kama makao makuu ya majeshi ya muungano ambapo vita viliendeshwa kutoka hapo. Lengo lake ni kuwajulisha kwamba hii ilikuwa adhabu kutoka kwa Mungu. Kisha baadaye walichukua miji mingine mmoja mmoja. Hivi ndivyo walivyomaliza vita vingine vikuu.

Waliendelea na ushindi katika sehemu ya kati na ya kusini za Nchi ya Kanaani. Wakaendelea kuchukua sehemu ya kaskazini, na ikawa mwisho wa awamu muhimu ya kuichukua Kanaani. Huu ndio wakati ambao Waisraeli walichukua Nchi ya Kanaani ambayo Mungu alikuwa amewaahidi.

Basi Yoshua akaitwaa hiyo nchi yote, sawasawa na hayo yote BWANA aliyokuwa amemwambia Musa; Yoshua naye akawapa Israeli kuwa ni urithi wao, sawasawa na walivyogawanyikana kwa kabila zao. Kisha nchi ikatulia isiwe na vita tena (Yoshua 11:23).

Kutimia kwa Ahadi ya Mungu juu ya Nchi ya Kanaani

Siku hii ilichukua muda mrefu kufika. Mungu alimwahidi Ibrahimu kwamba angewapatia Nchi ya Kanaani. Lakini mamia ya miaka yalikuwa yamepita, mpaka hatimaye, wakati wa Musa, kidokezi cha kutimia kwa ahadi hii kikaaza kuonekana. Hata baada ya Kutoka, kulikuwa na miaka arobaini ya maisha ya jangwani na zaidi ya miaka saba ya vita chini ya Yoshua kabla ahadi hii kutimizwa kikamilifu.

Mungu aliwaahidi kwamba angewapa nchi itiririkayo maziwa na asali, lakini kulikuwa na sharti. Ni wale walioamini na kutii peke yao ndio walioweza kupokea baraka za ahadi ya Mungu.

Kwa mfano, Kutoka 15:26 inasema, "Na [BWANA] akasema, 'Kwamba utaisikiza kwa bidii sauti ya BWANA, Mungu wako, na kuyafanya yaliyoelekea mbele zake, na kutega masikio usikie maagizo yake, na kuzishika amri zake, mimi sitatia juu yako maradhi yo yote niliyowatia Wamisri.

Ni lazima tuisikie sauti ya BWANA Mungu kwa bidii, na kuyafanya yaliyoelekea mbele zake, na kutega masikio tusikie maagizo yake, na kuzishika amri zake, ili sisi tusishikwe na magonjwa ya aina yoyote. Mtu lazima afikishe kipimo cha imani cha masharti haya ndipo ahadi ya Mungu ipate kutimizwa.

Ili wana wa Israeli wapate kuingia katika Nchi ya Kanaani,

iliwabidi wawe na imani. Na ili waweze kutimiza na kushikilia masharti haya, Mungu aliwaonyesha ishara nyingi na maajabu.

Hata hivyo, kizazi cha kwanza cha Kutoka, hakikuwa na imani na wote walikufa jangwani isipokuwa Yoshua na Kalebu. Kutimia kwa ahadi ya Mungu ilibidi kuahirishwe.

Lakini kizazi cha pili cha Kutoka kilikuwa tofauti. Walikuwa na imani ya hakika kwa Mungu na wakamtii pamoja na Yoshua. Hatimaye, waliweza kuichukua nchi itiririkayo maziwa na asali.

Vile vile kama BWANA alivyomwamuru Musa mtumishi wake, ndivyo Musa alivyomwamuru Yoshua; naye Yoshua akafanya vivyo; hakukosa kufanya neno lo lote katika hayo yote BWANA aliyomwamuru Musa (Yoshua 11:15).

Yoshua ndiye aliyekuwa mrithi wa Musa. Alionyesha imani kamilifu na utiifu timilifu kwa Mungu. Pia, wana wa Israeli walimfuata Yoshua, ili ahadi ya Mungu iweze kutimizwa.

Kuchukua Nchi kwa Kila Kabila

Lakini kuchukua Nchi ya Kanaani haimaanishi kwamba kazi yao ilikuwa imeisha. Israeli ilichukua Nchi ya Kanaani kwa jumla, lakini si watu wote waliokuwa wanaishi humo nchini waliangamizwa. Walikuwa ni bado ni lazima wawatoe baadhi ya watu katika sehemu tofauti tofauti za hiyo nchi na iliwabidi wakae ili waifanye hiyo nchi iwe yao kabisa.

Tunapochunguza historia, kuchukua nchi nyingine kimwili hakumaanishi kwamba vita vyote vimeisha kabisa na kuna amani. Wakati mwingi bado kuna watu wengine katika sehemu tofauti tofauti wanaojaribu kurejesha nchi zao.

Sasa Yoshua alikuwa mzee na bado kulikuwa na nchi nyingi zaidi za kuchukua, na Mungu alifanya mipangilio ya vita kuwa tofauti kabisa.

Mungu alimwamuru kugawanya nchi kwa kabila zote za Israeli, sio tu sehemu zilizokuwa zimechukuliwa tayari peke yake bali pia sehemu nyingine za nchi ambazo zilikuwa bado zitachukuliwa. Mpaka sasa, kabila zote za Israeli zilipigana vita kama jeshi moja, lakini kuanzia wakati ule kuendelea, kila kabila la Israeli zililazimika kuchukua nchi walizogawiwa.

Kwa hivyo, kazi ya kuchukua utawala wa nchi zao ilikuwa sasa juu ya imani ya kila kabila la Israeli. Matokeo yangekuwa tofauti kulingana na kiasi cha imani ya kiroho waliyoonyesha na kiasi gani waliyatii mapenzi ya Mungu.

Na wakati huu, mtu mmoja akasimama na akaomba apewe haki yake mbele ya kabila nyingine zote. Mtu huyu alikuwa Kalebu, mwana wa Yefune.

Imani na Kujitoa kwa Kalebu

Baada ya kutoka Misri, Waisraeli walituma wapelelezi kumi na wawili wakaipeleleze Nchi ya Kanaani kule Kadesh-barnea. Lakini ni wawili peke yake kati yao waliotoa maungamo mazuri ya imani.

Kizazi cha kwanza cha Kutoka kilikuwa kimeshuhudia kazi nyingi kuu za uwezo wa Mungu, lakini kwa sababu ya ripoti mbaya za wale wapelelezi kumi walilalamika dhidi ya Mungu. Wote walikufa jangwani na watu wawili peke yake waliweza kuingia katika Nchi ya Ahadi.

Mmoja wao alikuwa Yoshua, kiongozi wa kizazi cha pili cha Kutoka, na mwingine alikuwa Kalebu.

Lakini mtumishi wangu Kalebu, kwa kuwa alikuwa na roho nyingine ndani yake, naye ameniandama kwa moyo wote, nitamleta yeye mpaka nchi hiyo aliyoingia; na uzao wake wataimiliki (Hesabu 14:24).

Kalebu hakusahau kamwe ahadi ya Mungu aliyopewa alipokuwa anapitia miaka arobaini jangwani pamoja na wana wote wa Israeli. Hakusahau hata alipokuwa akipigana vita vingi kule Kanaani kwa miaka saba.

Mtu mwingine anaweza kusahau ahadi fulani muda unapopita, lakini Kalebu kamwe hakusahau ahadi ya Mungu aliyopewa. Kwa zaidi ya miaka arobaini siku zote aliiombea.

Na wakati ulipofika wa kugawa Nchi ya Kanaani, alitaja ahadi aliyopewa na Mungu na akamwomba Yoshua ampe hiyo nchi.

Kile alichouliza Kalebu si kana kwamba alitaka kupata kitu kwa kutaja yote aliyokuwa ameyafanya kwa uelekevu. Alikuwa hasemi kwamba anastahili kupokea kitu kwa sababu alikuwa mmoja wa viongozi wa Israeli pamoja na Yoshua, na kwa sababu mambo mengi yote yanayostahili ambayo aliyafanya katika vita alivyokuwa amepigana. Bali lilikuwa ungamo la imani yake iliyokuwa imezidi kuwa imara wakati wa mkondo wa miaka arobaini ya majaribu. Lilikuwa tamko la kujitoa kwake ambako aliweza kujitoa mwenyewe kwanza.

Pango ya Makpela mahali alipozikwa Ibrahimu, Sara, Isaka, na Yakobo ilikuwa katika nchi ya Hebroni ambayo aliomba kupokea. Palikuwa mahali muhimu sana kwao. Pia, ilikuwa nchi ambamo wapelelezi kumi na wawili waliiendea. Zaidi ya hayo, bado ilikuwa inakaliwa na Waanaki, na iliwabidi wapigane ili waichukue.

Waanaki walikuwa watu wenye nguvu. Wao ni wale ambao walielezewa na wale wapelelezi kumi awali kama ilivyonakiliwa, "Wanefili, wana wa Anaki, waliotoka kwa hao Wanefili; tukajiona nafsi zetu kuwa kama mapanzi; nao ndivyo walivyotuona sisi" (Hesabu 13:31-33). Kalebu hakuomba nchi iliyokuwa imechukuliwa tayari na ni salama. Aliomba nchi ya Hebroni ambayo Mungu alikuwa ameahidi kumpatia, ingawa ilimbidi apitie vita vigumu kwa mara nyingine tena ili aichukue.

Sasa basi, angalia, yeye BWANA ameniweka hai, kama alivyosema, miaka hii arobaini na mitano, tangu wakati huo BWANA alipomwambia Musa neno hilo, wakati Israeli waliokuwa wakienenda barani; na sasa tazama, hivi leo nimepata miaka themanini na mitano umri wangu. Hata sasa mimi nina nguvu zangu hivi leo kama nilivyokuwa siku hiyo Musa aliyonituma; kama nguvu zangu zilivyokuwa wakati huo, na nguvu zangu ndivyo zilivyo sasa, kwa vita na kwa kutoka nje na kuingia ndani. Basi sasa unipe mlima huu, ambao BWANA alinena habari zake siku hiyo; kwani wewe ulisikia siku hiyo jinsi Waanaki walivyokuwa huko, na miji ilivyokuwa mikubwa yenye boma; yumkini yeye BWANA atakuwa pamoja nami, nami nitawafukuza watoke nje, kama BWANA alivyonena (Yoshua 14:10-12).

Alipochaguliwa kama mmoja wa wale wapelelezi na kuigawanya ile nchi iliyobarikiwa na mashamba makubwa ya mizabibu, mitini, na mikomamanga iliyoijaza nchi, ni lazima alikuwa na moyo wa aina tofauti na wengine. Pia, hakuweza kuzuia uchungu wake wa haki alipoona wale wapelelezi wengine wakitoa ripoti mbaya kule Kadesh-barnea. Alisema, "Kwa nini mmwasi Mungu! Mungu yu pamoja nasi" na akalia huku akirarua mavazi yake, lakini kelele zake hazikuweza kusikiwa kwa sababu ya kilio cha malalamishi ya watu.

Alilazimika kupitia kipindi kirefu cha wakati wa mateso kwa sababu ya watu waliomwasi Mungu. Lakini katika njia yote aliweka moyoni mwake picha za nchi itiririkayo maziwa na asali. Sasa alikuwa mzee, lakini aliweka ahadi ya Mungu moyoni mwake katika miaka yote arobaini. Hiyo ndiyo sababu alitaka kuchukua nchi ya Hebroni, iliyokuwa na milima na ilikuwa vigumu kuichukua, ili arahisishe mzigo wa

Yoshua.

Yoshua aliweza kuhisi namna gani wakati huu? Kalebu alikuwa mwenzake mkubwa sana na rafiki katika imani. Alikuwa amekuwa pamoja naye tangu Kutoka. Pia wakati huu alikuwa mmoja wa wazee wa Israeli, na alistahili kuheshimiwa na kutuzwa. Kwa hivyo, Yoshua aliposikia kwamba Kalebu alitaka kwenda eneo la milimani ambako hata mashujaa vijana hawakutaka kwenda. Ni lazima angalau alisitasita kumwacha afanye hivyo.

Ingawa kwa upande mwingine, ni lazima aliguswa na mtazamo wa Kalebu wa kujaribu kutimiza neno la Mungu kwa kuchukua sehemu yake. Yoshua alimwelewa Kalebu vizuri zaidi kuliko mtu mwingine yeyote. Na kama Mungu alivyoahidi akampa hiyo nchi ya Hebroni. Kalebu aliwashinda wale Waanaki wakubwa na akachukua nchi ya rutuba kama sehemu yake ambayo ingedumu kwa vizazi vingi. Kwa njia hii, alionyesha mfano wa imani mbele ya watu wa Israeli. Ugavi wa nchi ulianza namna hii, ukianza na Kalebu.

Sura ya 11

"Itakuwa Yako"

- Kugawanywa kwa Nchi ya Kanaani -

Yoshua 17:15-18

Yoshua akawaambia, "Kwamba wewe u taifa kubwa la watu, haya, kwea uende mwituni, ujikatie mahali hapo kwa ajili ya nafsi yako katika nchi ya Waperizi, na ya hao Warefai; ikiwa hiyo nchi ya vilima ya Efraimu ni nyembamba, haikutoshi." Wana wa Yusufu wakasema, "Hiyo nchi ya vilima haitutoshi sisi; lakini Wakanaani wote wakaao katika nchi ya bondeni wana magari ya chuma, hao walio katika Bethsheani na miji yake, na hao walio katika bonde la Yezreeli pia." Kisha Yoshua alinena na nyumba ya Yusufu, maana, ni Efraimu na Manase, akawaambia, "Wewe u taifa kubwa la watu, nawe una uwezo mwingi; hutapata kura moja tu. Lakini hiyo nchi ya vilima itakuwa ni yako; maana, ijapokuwa ni mwitu, wewe utaukata, na matokeo yake yatakuwa ni yako; kwa kuwa wewe utawafukuza hao Wakanaani, wajapokuwa wana magari ya chuma, wajapokuwa ni wenye uwezo."

Kwa Waisraeli, ugavi wa sehemu wa nchi za urithi wao ulikuwa na maana muhimu sana. Waliteseka katika utumwa kule Misri kwa miaka 400, wakazunguka jangwani kwa miaka arobaini, na kisha wakapitia miaka saba ya vita vigumu. Baada ya haya yote walikuwa wanapokea matunda ya hayo yote. Sasa walikuwa wanapata nchi ya maskani yao mahali ambapo wangeishi kwa amani na jamaa zao.

Ugavi wa Urithi Usiokuwa wa Kawaida

Kila kabila la Israeli likaenda mbele za Mungu na kupokea nchi katika upande wa magharibi wa Mto Yordani kama urithi wao, pamoja na ugavi usiokuwa kawaida.

Kwanza, Rubeni, Gadi, na nusu kabila ya Manase walikuwa tayari wamepokea urithi wao kabla hawajavuka Yordani. Nchi za mashariki ya Yordani zilikuwa zinafaa kufuga mifugo yao, na wakamwomba Musa awape nchi hizo.

Kwa kweli, waliahidi kwamba wangeshiriki katika

kuchukua nchi zilizobaki za Nchi ya Kanaani katika nchi zilizo magharibi ya Yordani. Wakaapa kwamba wangepigana katika mstari wa mbele na hawatarudi katika nyumba zao mpaka kabila zote za Israeli zipate urithi wao.

Wakasema, "Kama tumepata kibali mbele ya macho yako, sisi watumishi wako na tupewe nchi hii iwe milki yetu; usituvushe mto wa Yordani" (Hesabu 32:5).

Lakini sisi wenyewe tutakuwa tayari na silaha zetu kutangulia mbele ya wana wa Israeli, hata tutakapowafikisha mahali pao; na watoto wetu watakaa katika hiyo miji yenye maboma, kwa sababu ya wenyeji wa nchi. Sisi hatutarudia nyumba zetu, hata wana wa Israeli watakapokuwa wamekwisha kurithi kila mtu urithi wake (Hesabu 32:17-18).

Wakiacha jamaa zao, mifugo, na mali upande wa mashariki wa Yordani, waume waliokuwa wanaweza kupigana vitani walivuka Yordani na wakapigana katika mstari wa mbele wa vita pamoja na wana wa Israeli mpaka wakamaliza kuichukua nchi. Vita vilipoisha, waliweza kurudi katika urithi wao katika nchi za upande wa mashariki wa Yordani.

Pia, kati ya zile kabila kumi na mbili, Walawi hawakupokea urithi wowote wa nchi kwa kuwa walikuwa makuhani wa

Mungu. Lakini kabila a Yusufu ilikuwa na ufanisi zaidi kuliko kabila nyingine kwa baraka za Mungu, na uzao wana wawili wa Yusufu Efraimu na Manase walipokea urithi wao binafsi mtawalia.

Kwa kuhitimisha, Walawi hawakujumuishwa, kabila mbili na nusu zilipokea urithi wao katika nchi zilizokuwa upande wa mashariki wa Yordani, na kabila tisa na nusu zikapokea urithi wao upande wa magharibi wa Yordani. Kuhusu njia ya kuwapa na kuwagawia nchi, Mungu alikuwa tayari amempa Musa kanuni ya kufuata.

Hao waliozidi hesabu yao utawapa urithi zaidi, na hao waliopunguka hesabu yao, utawapa urithi kama upungufu wao; kila mtu kama watu wake walivyohesabiwa, ndivyo atakavyopewa urithi wake. Lakini nchi itagawanywa kwa kura. Kwa majina ya kabila za baba zao, ndivyo watakavyopata urithi (Hesabu 26:54-55).

Eneo la nchi lililopewa kila kabila liliamuliwa na idadi ya watu, lakini walilazimika kuamua ni sehemu gani ya nchi ya kugawanywa kwa kura. Hii ilikuwa njia ya haki zaidi ili kusiwe na migangano yoyote kati ya hizo kabila. Kwa kupiga kura walikuwa na uwezekano mmoja wa kupokea nchi nzuri.

Pia, wana wa Israeli walikuwa na imani kwamba matokeo ya kura si sadifa, bali yalikuwa mapenzi ya Mungu (Mithali 16:33). Akani alipofanya dhambi, walimpata kati ya zaidi ya watu milioni mbili kwa kupiga kura.

Malalamishi na Maneno ya Kutoamini ya Kabila la Yusufu

Lakini kulikuwa na tatizo wakati walipokuwa wanagawanya nchi kwa kupiga kura. Kabila ya Yusufu ilidai kwamba wanapaswa kupokea urithi mkubwa zaidi kuliko kabila nyingine kwa kuwa walikuwa kabila mbili kwa baraka za Mungu.

Kisha wana wa Yusufu wakanena na Yoshua, wakasema, "Kwa nini umenipa mimi kura moja tu na fungu moja kuwa ni urithi wangu, kwa kuwa mimi ni taifa kubwa la watu, kwa sababu Bwana amenibarikia hata hivi sasa?" (Yoshua 17:14)

Kwa kweli urithi waliopewa ukilinganishwa na kabila nyingine haukuwa mdogo. Ilikuwa nchi kubwa ya rutuba katika sehemu ya kati ya Kanaani. Lakini bado walikuwa wanalalamika kwamba walipaswa kupokea urithi zaidi kuliko ule waliopokea.

Yoshua akawaambia, Kwamba wewe u taifa kubwa la watu, haya, kwea uende mwituni, ujikatie mahali hapo kwa ajili ya nafsi yako katika nchi ya Waperizi, na ya hao Warefai; ikiwa hiyo nchi ya vilima ya Efraimu ni nyembamba, haikutoshi " (Yoshua 17:15). Kiasili aliwaambia kwamba kama hawakuwa na eneo la kutosha la kulima, ni lazima wapanue eneo lao kwa kujikatia sehemu kubwa.

Lakini wakati huu tena wana wa Yusufu hawakutii. Walisema kwamba hata wakikata msitu urithi wao bado ulikuwa mdogo kwao. Walidai wapate nchi nzuri zaidi. Walitaka kupata kitu kizuri bila kukifanyia kazi. Pia walitaka kutumikiwa kwa sababu kwa kuwa wakati huu walikuwa kabila kubwa sana.

Kwa kuwa Mungu alikuwa amewabariki kuwa kabila kubwa, walikuwa wanapaswa kuongoza kabila nyingine kama Kalebu alivyofanya kuchukua na kutawala nchi ambazo zilikuwa ngumu kuchukua. Bila kujali mambo mengine yote, wao walilalamika tu bila kuchukua hatua ya kufanya jambo lolote.

Wana wa Yusufu wakasema, "Hiyo nchi ya vilima haitutoshi sisi; lakini Wakanaani wote wakaao katika nchi ya bondeni wana magari ya chuma, hao walio katika Bethsheani na miji yake, na hao walio katika bonde la Yezreeli pia" (Yoshua 17:16).

Zaidi ya hayo, walitoa kauli ya kutoamini kwao kwa kusema kwamba watu walioishi katika nchi waliyopaswa kuchukua walikuwa na magari ya chuma. Walisahau tayari kwa nini walilazimika kupitia majaribu jangwani kwa miaka arobaini.

Ushindi wao chini ya uongozi wa Yoshua ulikuwa mfululizo wa miujiza. Walikuwa hawawezi kamwe kulingana na adui zao kimwili, lakini waliwashinda wote kwa uwezo wa Mungu. Si magari yao ya chuma, lakini haijalishi adui zao walikuwa na silaha aina gani, hawakuwa na haja ya kuwaogopa hata kidogo kama walikuwa wanamwamini mwenyezi Mungu.

Walikuwa wametii katika aina zote za hali ya hatari, lakini ghafula wakawa waoga wakati Yoshua alipowaambia wachukue urithi wao, wao peke yao.

Yoshua aliendelea kuwaomba waonyeshe imani yao huku akiwaonyesha dhana zao mbaya. Akawashauri kwamba wangeweza kupanua urithi wao kwa baraka za Mungu kama wataonyesha imani yao.

Lakini wana wa Yusufu hawakuweza kuyatii maneno ya Yoshua. Hawakuweza kuwatoa kikamilifu Wakanaani wote walioishi katika urithi wao (Yoshua 16:10, 17:12-13). Kwa sababu hiyo, iliwalazimu waendelee kuteseka. Kila wakati Israeli ilipokuwa dhaifu, Mataifa waliishambulia mara moja.

Lakini tatizo kubwa zaidi lilikuwa kwamba Israeli waliingiliana na utamaduni wa watu wa Mataifa ambao ulikatazwa na Mungu na wakafanya dhambi iliyochochea ghadhabu ya Mungu. Kila mara walijiletea hali ngumu kwa sababu hawakutii amri za Mungu kwa imani ya hakika.

Mwenyezi Mungu aliyekuwa pamoja na Yoshua hakuwa Mungu wa Yoshua peke yake, bali pia wa Israeli. Kama tu wangeonyesha imani yao Mungu angewaonyesha kazi za aina ileile alizoonyesha kupitia kwa Yoshua. Mungu alitaka kwamba wana wote wa Israeli wawe na imani ya ujasiri na nguvu kama Yoshua.

Urithi wa Yoshua na Walawi

Kabila nyingine zote isipokuwa Walawi walipokea nchi kama urithi wao upande wa mashariki na upande wa magharibi wa Yordani, lakini Yoshua alikuwa bado hajapokea urithi wake wowote. Alikuwa mtumishi wa Mungu mwenye uwezo na kiongozi wa Israeli yote, lakini akapokea urithi wake mwisho. Hasa, urithi aliopokea ulikuwa karibu na Timna-sera katika nchi ya vilima ya Efraimu. Nchi iliyokuwa ukiwa sana hata akalazimika kujenga mji tena (Yoshua 19:49-50).

Alikuwa mtu wa imani ya ujasiri na nguvu, na alikuwa katika cheo cha kuhudumiwa kwanza. Lakini akawatumikia wengine na kufanya maridhiano badala yake. Hiyo ndiyo sababu alikuwa amekirimiwa na Mungu na akawa mrithi wa Musa.

Baada ya kabila zote kupokea urithi wao, Walawi walikuja kwa Yoshua na kupokea sehemu yao. Lakini tofauti na kabila nyingine, hawakupokea nchi yoyote kama urithi wao.

Hesabu 18:20 inasema, "Kisha BWANA akamwambia Haruni, 'Wewe hutakuwa na urithi katika nchi yao, wala hutakuwa na fungu lo lote kati yao; mimi ni fungu lako, na urithi wako, katika wana wa Israeli.'" Kama ilivyosemwa, urithi na sehemu ya Walawi ilikuwa Mungu mwenyewe.

Walawi walikuwa na jukumu la kutoa sadaka kwa Mungu na kulihifadhi hema la BWANA. Pia walikuwa na wajibu wa kufundisha watu amri na Sheria ya Mungu (Kumbukumbu la

Torati 33:10).

Mungu mwenyewe alikuwa urithi wao hivi kwamba hawangeweza kuchafua mioyo yao na mambo ya ulimwengu bali wamakinikie kumtumikia Mungu. Yaani, badala ya kuwapa nchi ili wapate mavuno kutoka kwa hiyo, Mungu aliwaacha wapate riziki zao kupitia kwa zaka na matoleo mbalimbali ambayo watu walimtolea Mungu.

Walawi katika maana ya leo ni wachungaji na wafanyakazi wa kudumu wanaotumikia kanisa. Hata leo, kama ilivyo na wale wanaofanya kazi katika kanisa, hasa wachungaji hawawezi tu kuwa wachungaji au kuacha kama watakavyo.

Wachungaji wote ni watumishi wa Mungu na wanatoa maisha yao yote kwa Mungu. Kwa hivyo, hawapaswi kuwa na kazi za kilimwengu au kufanya biashara na tamaa zao kwa ajili ya ulimwengu. Wanapaswa kumakinikia kazi za Mungu kwa sababu urithi wao peke yake ni Mungu mwenyewe. Na kuwaacha wachungaji wafanye hivi, kanisa na washirika ni lazima wawafadhili wachungaji.

Ingawa Walawi hawakupokea nchi kama urithi wao, bado walipokea miji mbalimbali ambamo wangeishi na kutumia nyanda kulisha mifugo yao. Walipokea miji katikati ya kila kabila la Israeli, na kwa njia hii waliishi katikati ya kabila zote za Israeli.

Kwa sababu hiyo, katika maeneo yoyote waliyopewa katika Israeli, walikuwa na mji wa Walawi. Hii maanake ni kwamba, kila kabila liliweza kusikiliza na kujifunza neno la Mungu kutoka kwa Walawi waliokuwa karibu nao. Kwa njia hii Mungu alikuwa amewapangia watu wa taifa la Israeli wakae karibu na amri zake wakati wote.

Sura ya 12

"Mimi na Nyumba Yangu, Tutamtumikia BWANA"

- Wosia wa Mwisho wa Yoshua -

Yoshua 24:14-15

Basi sasa mcheni BWANA, mkamtumikie kwa unyofu wa moyo na kwa kweli; na kuiweka mbali miungu ambayo baba zenu waliitumikia ng'ambo ya Mto, na huko Misri; mkamtumikie yeye BWANA. Nanyi kama mkiona ni vibaya kumtumikia BWANA, chagueni hivi leo mtakayemtumikia; kwamba ni miungu ile ambayo baba zenu waliitumikia ng'ambo ya Mto, au kwamba ni miungu ya wale Waamori ambao mnakaa katika nchi yao; lakini mimi na nyumba yangu tutamtumikia BWANA.

Baada ya miaka saba ya vita, Yoshua aliwashinda wafalme wote wa Kanaani na akachukua miji mingi katika Nchi ya Kanaani, lakini si Wakanaani wote walifukuzwa katika nchi. Bado kulikuwa na Wakanaani wengi waliotawanyika katika nchi, na hata baadhi yao walijaribu kuwapinga Waisraeli na magari yao ya chuma.

Kwa kweli, uwezo wa Mungu ungekuwa umewafukuza mara moja, lakini Mungu aliwaongoza Waisraeli kutawala Kanaani hatua kwa hatua kulingana na ukuaji wa imani yao na kumtegemea Mungu. Zaidi ya hayo, hata ingawa waliwafukuza Wakanaani wote, ilikuwa vigumu kwao kuhifadhi nchi yote kabila hawajaijaza watu.

Kuliweza kuwa na mashambulizi kutoka kwa watu wengine ili waichukue nchi iliyokuwa haina watu. Nchi iliweza kuwa tasa bila wakazi wowote, na wanyama wa mwituni wangejaa. Kwa hivyo, Mungu alisema angewafukuza Wakanaani polepole mpaka uwezo wa Israeli uwe mkuu kiidadi wa kutosha kuijaza Nchi ya Kanaani.

Sitawafukuza mbele yako katika mwaka mmoja; nchi isiwe ukiwa, na wanyama wa bara wakaongezeka kukusumbua. Nitawafukuza kidogo kidogo mbele yako, hata utakapoongezeka wewe, na kuirithi hiyo nchi (Kutoka 23:29-30).

Hata ingawa ingechukua kipindi kirefu cha wakati kutimiza hili, kila kabila la Israeli lililazimika kupigana na kuwafukuza Wakanaani ambao walikuwa bado wamebaki katika sehemu zao za urithi.

Mungu alitoa urithi huu wa nchi kwa kila kabila la Israeli na akawaambia wazichukue, na akaahidi kwamba angewafukuza Wakanaani hata wawe na nguvu namna gani. Lakini matokeo yangekuwa tofauti kulingana na jinsi taifa la Israeli lilivyoamini ahadi ya Mungu kwa uaminifu na kutenda kulingana na hiyo.

Hotuba ya Kuaga ya Kiongozi Yoshua

Kila kabila lililopokea urithi mtawalia lilianza kuchukua nchi yao kulingana na imani yao na nguvu zao. Kutegemea yale waliyojifunza kutoka kwa Yoshua, baadhi yao waliomba ushauri kutoka kwa Mungu au walikuwa na mikakati ya kibinafsi kuvamia Nchi ya Kanaani zaidi na zaidi.

Muda mwingi ulipita na Yoshua alijua kwamba alikuwa

mzee na wakati wake wa kuishi uliobaki ulikuwa mfupi. Sasa alihisi hitaji la kuwakumbusha Waisraeli ahadi ya Mungu kwa mara nyingine tena ili waweze kuthibitisha imani yao. Kama alivyofanya Musa alipokuwa karibu kurudi kwa Mungu, Yoshua aliwaita Waisraeli wote wakusanyike pamoja, wazee wao, na viongozi wao, na waamuzi wao na maofisaa wao, na akawapa neno lake la mwisho la ushauri.

Hotuba yake ya buriani imeandikwa kuanzia Yoshua 23:1 kuendelea. Kwa muktasari, alikuwa anawaambia washike amri za Mungu, wakae karibu naye, na wampende bila kugeuza nia.

Basi, iweni mashujaa sana kuyashika yote yaliyoandikwa katika kitabu cha torati ya Musa, na kuyatenda, msiyaache kwa kugeukia upande wa kuume wala upande wa kushoto. Msiingie kati ya mataifa haya, yaani, haya yaliyobaki kati yenu; wala msitaje majina ya miungu yao, wala kuwaapisha watu kwa majina hayo, wala kuitumikia, wala kujiinamisha mbele yao. Bali shikamaneni na BWANA, Mungu wenu, kama mlivyotenda hata hivi leo (Yoshua 23:6-8).

Kufikia wakati huo Mungu alikuwa pamoja na Yoshua na akawapa Waisraeli ushindi wa kushangaza. Mungu aliahidi kwamba angemshinda adui yeyote, hata awe na nguvu namna gani, na alipatie taifa la Israeli nchi yote ya Kanaani kama Israeli itampenda Mungu, imshikilie yeye, na kushika amri zake.

Mtu mmoja miongoni mwenu atafukuza watu elfu; maana BWANA, Mungu wenu, ndiye anayewapigania, kama alivyowaambia. Jihadharini nafsi zenu, basi, ili mmpende BWANA, Mungu wenu (Yoshua 23:10-11).

Pia kwa mara nyingine tena, Yoshua aliwakumbusha kuhusu kushirikiana na watu wa Mataifa na matokeo ya kuanguka katika imani, kusahau ahadi ya Mungu, na kuabudu sanamu.

Lakini mkirudi nyuma kwa njia yo yote na kushikamana na mabaki ya mataifa, yaani, mataifa haya yaliyobaki kati yenu, na kuoana nao, na kuingia kwao, nao kuingia kwenu; jueni hakika ya kuwa BWANA, Mungu wenu, hatawafukuza tena mataifa haya mbele ya macho yenu, bali watakuwa mtego kwenu na tanzi, na mjeledi mbavuni mwenu, na miiba machoni mwenu, hata mtakapoangamia na kutoka katika nchi hii njema, ambayo BWANA, Mungu wenu, amewapa ninyi (Yoshua 23:12-13).

Wakati wa Azimio la Dhati kule Shekemu

Hatimaye Yoshua akawakusanya watu kule Shekemu, kati

ya Mlima Ebali na Mlima Gerizimu walipotangaza maneno ya baraka na laana, ili wawe na wakati wa azimio la dhati.

Kwanza, Yoshua aliwakumbusha kuhusu uaminifu wa Mungu aliyetimiza ahadi yake aliyompa Ibrahimu, na wenyezi wa Mungu aliyeshinda nguvu za Misri na kabila saba za Kanaani.

Kama kumtumikia BWANA Mungu kulionekana kuwa jambo baya machoni mwao, basi aliwaomba wachague watamtumikia mungu yupi. Aliwataka kwa mara nyingine tena wamche Mungu peke yake na wamtumikie yeye katika uaminifu na ukweli (Yoshua 24:2-14).

Yoshua aliwahimiza waazimie kutupa sanamu zote na kwa uaminifu washike amri za Mungu peke yake.

Nanyi kama mkiona ni vibaya kumtumikia BWANA, chagueni hivi leo mtakayemtumikia; kwamba ni miungu ile ambayo baba zenu waliitumikia ng'ambo ya Mto, au kwamba ni miungu ya wale Waamori ambao mnakaa katika nchi yao; lakini mimi na nyumba yangu tutamtumikia BWANA. Hao watu wakajibu wakasema, "Hasha! Tusimwache BWANA, ili kuitumikia miungu mingine." Yoshua akawaambia watu, "Ninyi mmekuwa mashahidi juu ya nafsi zenu, ya kuwa mmemchagua BWANA, ili kumtumikia yeye. Wakasema, "Sisi tu mashahidi" (Yoshua 24:15-16, 22).

Yoshua aliposema kwa uthabiti, "Mimi na Nyumba Yangu, Tutamtumikia BWANA," wana wa Israeli pia hawakusitasita kuapa tena, "BWANA Mungu wetu, ndiye tutakayemtumikia; na sauti yake ndiyo tutakayoitii."

Basi Yoshua akafanya agano na wale watu siku ile, akawapa amri na agizo huko Shekemu (Yoshua 24:25).

Baada ya Yoshua kuthibitisha hilo agano, aliwafundisha amri za Mungu tena ili wamtumikie BWANA. Akatwaa jiwe kubwa akalisimamisha kama shahidi. Kisha akawaruhusu watu, kila mmoja akaenda kwa urithi wake. Baada ya haya, kwa utulivu, Yoshua akamaliza maisha yake ya ari ya moto na imani, katika umri wa miaka 110.

Hitimisho
- Kushinda Nchi Itiririkayo Maziwa na Asali -

Kushinda kwa Imani, Utiifu, na Kujitoa

Kufikia sasa tumeangalia utaratibu wa watu wa Israeli kuingia Nchi ya Ahadi, Kanaani. Mungu alitengeneza taifa kubwa kutoka kwa mtu mmoja, na tunaweza kuona kila hatua ya utaratibu huu iko wazi na sahihi kabisa.

Historia ya kushinda Nchi ya Kanaani imeandikwa kwa utondoti katika vitabu vitano vya Kutoka, Mambo ya Walawi, Hesabu, Kumbukumbu la Torati, na Yoshua. Kutoka kinaandika kuhusu kuzaliwa kwa Musa na mwanzo wa Kutoka kuanzia Misri. Kitabu cha Mambo ya Walawi kina moyo wa Mungu anayewataka watoto wake wawe watakatifu na walitakaswa.

Kitabu cha Hesabu kinaandika kuhusu saburi ya Mungu aliyewavumilia watu hata walipokosa kutii na wakaasi kule jangwani. Kumbukumbu la Torati kina mahubiri ya Musa aliyehubiri neno la Mungu katika nyakati tatu tofauti huko nyanda za Moabu. Mwisho, kitabu cha Yoshua kina historia ya kizazi cha pili cha Kutoka kikiishinda Nchi ya Kanaani pamoja na Yoshua, Mrithi wa Musa.

Kama historia ya kuishinda Kanaani inaweza kuwekwa katika kirai kimoja, ni, 'Kwa imani, utiifu, na kujitoa.' Waliweza kuipata Nchi ya Kanaani walipoitazama na kusonga mbele kuelekea huko kwa imani.

Yoshua na Kalebu waliamini ahadi ya Mungu na wakajitoa kwa maisha yao yote. Matendo yalianza katika imani na utiifu. Katika utaratibu huo, Mungu alitaka wana wa Israeli wawe watakatifu na waliotakaswa. Mwendo wa utakaso unaonekana kila mara katika hatua za kuiendea Nchi ya Kanaani.

Mungu alipomwita Musa mara ya kwanza, alimwambia avue viatu vyake. Kiroho, jambo hili linaashiria kwamba ilimlazimu aache dhambi na uovu. Mungu alipotoa Sheria Yake kwa watu kupitia kwa Musa, kwanza aliwafanya wajitakase.

Walipokuwa karibu wavuke Mto Yordani, Mungu aliwafanya wajitakase. Iliwalazimu wajitahiri kabla tu ya vita dhidi ya mji wa Yeriko. Mungu anataka kuwa na watoto waliotakaswa, na Mungu anaweza kutembea nao wakati wakiwa wametakaswa peke yake.

Basi ninyi mtakuwa wakamilifu, kama Baba yenu wa mbinguni alivyo mkamilifu (Mathayo 5:48).

Bali kama yeye aliyewaita alivyo mtakatifu, ninyi nanyi iweni watakatifu katika mwenendo wenu wote; kwa maana imeandikwa, "Mtakuwa watakatifu kwa kuwa mimi ni mtakatifu,"(1 Petro 1:15-16).

Kushinda Kanaani Ni Mfano wa Safari ya Imani

Basi, ni kwa nini hivyo vitabu vitano kati ya vitabu sitini na sita vya Biblia vimenakili historia kuhusu Israeli ikiishinda Nchi ya Kanaani? Ni kwa sababu kushinda Nchi ya Kanaani ni mfano unaowakilisha safari ya imani yetu.

Kwa wana wa Israeli waliokuwa wametoka tu Misri, Mungu aliigawanya Bahari ya Shamu na akawapa maji kutoka kwa jiwe lililokuwa karibu naye. Lakini muda ulipokuwa unaenda, Mungu alianza kuwataka wawe na imani yao wenyewe. Yaani, walipokuwa wanavuka Mto Yordani, Mungu aliwaambia kwamba makuhani walipaswa wabebe sanduku la agano na wakanyage ndani ya Mto. Walipoushinda mji wa Yeriko, Mungu aliwaambia wazunguke huo mji mara moja kwa siku kwa siku sita. Kisha siku ya saba, wauzunguke mara saba, na wapige kelele. Kusudi lake alitaka kuona imani yao na utiifu wao. Utaratibu ambamo kila kabila ilipokea urithi wake inaonyesha kwamba Mungu hufanya kazi kulingana na kipimo cha imani yetu tunapoendelea kukua katika roho. Maisha ya duniani ni maisha ya msafiri. Ni mwendelezo wa vita dhidi ya mfalme wa giza na pepo wachafu walio kwenye anga. Hata kama tumepokea baraka, ni lazima tuimarishe mwendo wetu, na tunapokamilisha jambo, ni lazima tukamilishe jambo lifuatalo. Utaratibu huu utaendelea mpaka tutakapopata ufalme wa mbinguni.

Hata leo, Mungu anatupatia ahadi nyingi za baraka katika Biblia. Bwana Yesu pia alituahidi kwamba atatayarisha makao kule mbinguni na arudi atuchukue. Kwa hivyo, mtu yeyote anayeamini neno la Mungu katika Biblia na kutenda kwa imani ataongozwa na kufikia njia ya ufanisi na baraka. Pia atapokea makao mazuri katika ufalme wa mbinguni.

Kwa hivyo, hata kama kuna vizuizi mbele yetu, ni lazima tuwe na moyo usiogeuka ili tuweze kumwamini na kumtegemea Mungu kikamilifu bila kutikiswa hata kidogo, kama Yoshua na Kalebu.

Mara tu ahadi ya Mungu inapotolewa, tunapaswa kuiamini hadi mwisho. Hatupaswi kuchoka au kuwa wavivu tunapofika katikati, lakini tusonge mbele kwa imani mpaka tupate matunda mazuri.

Waebrania 3:14 inasema, "Kwa maana tumekuwa washirika wa Kristo, kama tukishikamana na mwanzo wa uthabiti wetu kwa nguvu mpaka mwisho." Kama ilivyosemwa, tunapaswa kuwa na Yerusalemu Mpya kama shabaha yetu ya mwisho, na hata kama tunaweza kuona upungufu wetu na hata kama kuna mambo magumu njiani, tumaini letu halipaswi kubadilika.

Ninaomba katika jina la Bwana kwamba Mungu atawaongoza siku zote kufikia baraka za maziwa na asali na hatimaye amruhusu mfurahie baraka za milele katika ufalme wa mbinguni.

Mwandishi:
Dr. Jaerock Lee

Dr. Jaerock Lee alizaliwa Muan, Jimbo la Jeonnam, katika Jamhuri ya Korea, mwaka 1943. Akiwa na miaka kati ya ishirini na thelathini, Dr. Lee aliugua magonjwa mengi yasiyokuwa na tiba kwa muda wa miaka saba na alikata tamaa ya kupona na akawa anasubiri kifo. Siku moja majira ya kuchipua mwaka 1974, alipelekwa kanisani na dada yake na alipopiga magoti kuomba, Mungu aliye hai alimponya magonjwa yote mara moja.

Tangu wakati Dr. Lee alipokutana na Mungu aishiye kupitia uponyaji huo wa ajabu, amempenda Mungu kwa moyo wake wote na kwa uaminifu, na mnamo mwaka 1978 aliitwa ili awe mtumishi wa Mungu. Aliomba kwa dhati na kufunga mara nyingi sana ili aweze kujua kwa hakika mapenzi ya Mungu, ayatimize yote na kulitii Neno la Mungu. Mwaka 1982, alianzisha Kanisa Kuu la Manmin katika jiji la Seoul, Korea, na kazi nyingi za Mungu, ikiwa ni pamoja na miujiza ya uponyaji na maajabu, vimekuwa vikitendeka katika kanisa hili.

Mnamo mwaka 1986, Dr. Lee aliwekwa wakfu na kusimikwa kama mchungaji katika Mkutano wa Mwaka wa Kanisa la Yesu huko Sungkyul, Korea, na miaka minne baadaye, mwaka 1990, mahubiri yake yalianza kurushwa katika nchi za Australia, Urusi, na Ufilipino, na nchi nyingine zaidi kupitia kwa Far East Broadcasting Company, Asia Broadcast Station, na Washington Christian Radio System.

Miaka mitatu baadaye, mwaka 1993, Kanisa kuu la Manmin lilichaguliwa kuwa moja ya "Makanisa 50 Yanayoongoza Duniani" na jarida la Christian World la Marekani na alipata Shahada ya Heshima ya Uzamivu katika Theolojia (Honorary Doctorate of Divinity) kutoka chuo cha Christian Faith, Florida, Marekani, na katika mwaka 1996 alipata Ph. D. katika Huduma kutoka Kingsway Theological Seminary, Iowa, Marekani.

Tangu mwaka 1993, Dr. Lee amefanya utume/umisionari wa ulimwengu kwa kufanya mikutano mingi huko Tanzania, Argentina, L.A., jiji la Baltimore, Hawaii, na jiji la New York huko Marekani, Uganda, Japani, Pakistani, Kenya, Ufilipino,

Hondurasi, India, Urusi, Ujerumani, Peru, Jamhuri ya Kidemokrasia ya watu wa Congo, Israeli na Estonia. Mwaka wa 2002 aliitwa "mvuviaji wa ulimwengu mzima" na magazeti makubwa na Kikristo kule Korea kwa ajili ya kazi yake ya huduma yenye uwezo katika Injili Kuu za Muungano mbalimbali za nchi za ng'ambo, 'Injili yake ya New York ya 2006' iliyofanywa Madison Square Garden, uwanja maarufu zaidi ulimwenguni. Mkutano huo ulirushwa hewani kwa mataifa 220, na katika mkutano wa 'Israel United Crusade 2009', uliofanyika International Convention Center (ICC) huko Yerusalemu, alitangaza waziwazi kwamba Yesu Kristo ndiye Masihi na Mwokozi.

Kufikia Agosti mwaka 2013, Manmin Central Church ina washirika zaidi ya 120,000. Kuna makanisa yapatayo 10,000 ulimwengu mzima ambayo ni matawi ya Manmini Central Church yakiwemo makanisa 56 yaliyoko Korea, na wamisionari zaidi ya 123 wametumwa nchi 23, ikiwemo Marekani, Urusi, Ujerumai, Canada, Japan, China, Ufaransa, India, Kenya, na nyingine nyingi kufikia sasa.

Kufikia kuchapishwa kwa kitabu hiki, , Dr. Lee ameandika virabu 88, vikiwemo vile vilivyo maarufu kama Kuonja Uzima Wa Milele Kabila Mauti, Maisha Yangu Imani Yangu I & II, Ujumbe wa Msalaba, Kiasi cha Imani, Mbinguni I & II, Jehanamu, Amka, Isreali!, na Nguvu za Mungu. Vitabu vyake vimetafsiriwa katika zaidi ya lugha 76.

Makala yake ya Kikristo huchapishwa kwenye The Hankook Ilbo, The JoongAng Daily, The Chosun Ilbo, The Dong-A Ilbo, The Munhwa Ilbo, The Seoul Shinmun, The Kyunghyang Shinmun, The Korea Economic Daily, The Korea Herald, The Shisa News, na The Christian Press.

Dr. Lee sasa hivi ni kiongozi wa mashirika mengi ya kimisionari na taasisi, pamoja na Mwenyekiti wa The United Holiness Church of Jesus Christ; Raisi wa Manmin World Mission; Rais wa Kudumu wa The World Christianity Revival Mission Association; Mwasisi na Mwenyekiti wa Bodi ya Global Christian Network (GCN); Mwasisi na Mwenyekiti wa World Christian Doctors Network (WCDN); na Mwasisi & Mwenyekiti wa Bodi ya, Manmin International Seminary (MIS).